ബേല ടാർ - ഇരുളും വെളിച്ചവും

Nadakkavu, Kozhikode, Kerala
Tel:0495–4020666
www. insightpublica. com
e-mail: insightpublica@gmail. com
Bela Tarr - Irulum Vellichavum
Author: Jagath Jayaram
(Malayalam)
First Edition: January 2025

ISBN - 978-93-5517-463-5
Printed and Published by
Insightinpublica Printers & Publishers Ltd.
₹ 120 /-
All Rights reserved. No Part of this Publication may be reproduced, stored in a retrieval system, or transmitted, in any form, or by any means, electronic, mechanical, photocopying, recording or otherwise, without the prior permission of the publisher

ബേല ടാർ - ഇരുളും വെളിച്ചവും

ജഗത്ത് ജയറാം

INSIGHT PUBLICA

ബേലാ ടാർ

ഒരു ഹംഗേറിയൻ ചലച്ചിത്രകാരനാണ് ബേലാ ടാർ. തെക്കൻ ഹംഗറിയിലെ Pécs എന്ന പ്രദേശത്ത് 21 ജൂലൈ 1955 -ൽ ജനനം.

കൗമാരകാലത്തു തന്നെ സംഗീതസംഘങ്ങളിലും തിയറ്റർ സംഘങ്ങളിലും പ്രവർത്തനമാരംഭിച്ച ടാർ, തൊഴിലാളി സംഘങ്ങളിലെയും സജീവ സാന്നിദ്ധ്യമായിരുന്നു. തന്റെ 14-മത്തെ ജന്മദിനത്തിന് പിതാവ് സമ്മാനമായി നൽകിയ 8 എംഎം ക്യാമറ ഉപയോഗിച്ച്, 17- വയസ്സിൽ ജിപ്സി തൊഴിലാളികളെക്കുറിച്ച് Guest workers (1971) എന്ന ഡോക്യുമെന്ററി നിർമ്മിച്ച ടാർ, ഇതേ ഡോക്യുമെന്ററിയെത്തുടർന്ന് ഹംഗേറിയൻ കമ്യൂണിസ്റ്റ് പാർട്ടിയ്ക്ക് അനഭിമതനാവുകയും, തുടർവിദ്യാഭ്യാസത്തിനുള്ള അനുമതി നിഷേധിക്കപ്പെടുകയും ചെയ്തു. ഒരു ഷിപ്പ്യാർഡിൽ ജോലി ചെയ്തുകൊണ്ട് ഡോക്യുമെന്ററി പ്രവർത്തനങ്ങൾ തുടർന്ന ടാർ, ഒരു അമച്വർ ഫിലിം ഫെസ്റ്റിവലിൽ ഡോക്യുമെന്ററി പ്രദർശിപ്പിച്ചതിനെത്തുടർന്ന് ഡോക്യു-ഫിക്ഷൻ ജനുസ്സിൽ പ്രവർത്തിച്ചിരുന്ന, István Dárday, Györgyi Szalai എന്നീ സംവിധായകരുടെ ശ്രദ്ധ പിടിച്ചുപറ്റുകയും, അങ്ങനെ ഇരുപതാമത്തെ വയസ്സിൽ പ്രൊഫഷണൽ സിനിമാ നിർമ്മാണവുമായി ബന്ധപ്പെടുകയും ചെയ്തു.

കടപ്പാട് : വിക്കിപീഡിയ

1992-ൽ ജനനം. പൊതുമരാമത്ത് വകുപ്പിൽ ഓവർസിയറായി ജോലിചെയ്തുവരുന്നു. പ്രധാൻമന്ത്രി ഗ്രാമീണ സഡക്ക് യോജനയിലും ഓവർസിയറായി ജോലി ചെയ്തിരുന്നു. അച്ഛൻ : ജയരാമൻ, അമ്മ: ഗീത സാമൂഹ്യ മാധ്യമങ്ങളിൽ സിനിമകളെക്കുറിച്ച് എഴുതാറുണ്ട്.

E mail : jagathjayaramvtk@gmail.com

ജഗത്ത് ജയറാം

ഫിലിമോഗ്രാഫി

ഫീച്ചർ ചിത്രങ്ങൾ

- ഫാമിലി നെസ്റ്റ് (1977)
- ദ ഔട്ട് സൈഡർ (1981)
- ദ പ്രീഫാബ് പീപ്പിൾ (1982)
- അൽമാനാക്ക് ഓഫ് ഫാൾ (1985)
- ഡാംനേഷൻ (1988)
- സാത്താൻടാങ്കോ (1994)
- വെർക്ക്മെയിസ്റ്റർ ഹാർമണീസ് (2000)
- ദ മാൻ ഫ്രം ലണ്ടൻ (2007)
- ദ ടൂറിൻ ഹോഴ്സ് (2011)

താളുകൾ മറിയുമ്പോൾ :

ബേല ടാർ സംവിധാനം ചെയ്ത എല്ലാ ഫീച്ചർ സിനിമകളെക്കുറിച്ചും വിശദമായി എഴുതിയ പുസ്തകമല്ലിത്. മറിച്ച് ബേല ടാർ സിനിമകളെ പരിചയപ്പെടുത്തുക മാത്രമാണ് ഉദ്ദേശ്യം. അദ്ദേഹത്തിന്റെ ഏറ്റവും മികച്ചതെന്ന് വ്യക്തിപരമായി അനുഭവപ്പെട്ട അല്ലെങ്കിൽ ഏതെങ്കിലും കാര്യം കൊണ്ട് എഴുതണമെന്നു തോന്നിയ, എന്നാൽ അദ്ദേഹത്തിന്റെ പ്രധാനപ്പെട്ട സിനിമകളെക്കുറിച്ചു പല വർഷങ്ങളിൽ പല സമയങ്ങളിലായി എഴുതിക്കൂട്ടിയ കുറിപ്പുകളുടെ സമാഹരണമാണ് ഈ പുസ്തകം.

ഉള്ളടക്കം

"BE YOURSELF. FIND YOUR STYLE, YOUR WAY; FIND THE BORDER AND CROSS IT, OR ELSE YOU MAY BE LOST OR, EVEN WORSE, BORING. DON'T FORGET WHAT YOU REALLY WANT TO SAY. THERE IS NO RECIPE.
THE RECIPE IS YOU."
- Bela Tarr

“Stories are all Stories of
Disintegration, Stories end badly”

ബേല ടാർ സിനിമകളിലേക്ക്
ഒരു ആമുഖം

ഒരു ദിവസം വളരെ ആകസ്മികമായി ഒരു സിനിമ കാണാനിടയാകുന്നു. "Werckmeister Harmonies" എന്നായിരുന്നു ആ ചലച്ചിത്രത്തിന്റെ പേര്. ചലച്ചിത്ര മേളകളിലും അല്ലാതെയും ലോക സിനിമകൾ ഒരുപാട് കാണുന്ന പലരെയും സംബന്ധിച്ച്, താരതമ്യേന കുറവ് ലോകസിനിമകൾ മാത്രം കണ്ടിട്ടുള്ള എനിക്ക് ആ ഒരൊറ്റ സിനിമ കൊണ്ടു മാത്രം ആ സംവിധായകന്റെ മുഴുവൻ സിനിമകളും കാണാൻ തോന്നുകയാണ്. അങ്ങനെ തോന്നിയത് ലോകസിനിമയിൽ ഈ സംവിധായകനോട് മാത്രം.

ബേല ടാർ !!!

സിനിമാക്കാരനായിരുന്നില്ലെങ്കിൽ കെ.ജി ജോർജ് ഒരു മനശാസ്ത്ര ജ്ഞനായേനെ എന്ന് പറയുന്നത് പോലെ ,ബേല ടാർ സിനിമാക്കാര നായിരുന്നില്ലെങ്കിൽ ഒരു ഫിലോസഫർ ആയേനെ എന്നാണ് എന്റെ തോന്നൽ.

മരണാനന്തരം ആരുടെയും മഹത്വം പാടാൻ ഞാൻ തയ്യാറല്ല!!!ആളുകൾ ജീവിച്ചിരിക്കുമ്പോഴാണ് അത് ചെയ്യേണ്ടത് എന്നു ഞാൻ കരുതുന്നു.അത് കൊണ്ട് എഴുതുന്നു.

എല്ലാവരും പൊതുവെ കണ്ട പല പോപ്പുലർ വിദേശ സിനിമകളും ഞാൻ ഒരു പക്ഷേ കണ്ടിട്ടുണ്ടാവില്ല. എന്നാൽ ആരും കാണാതെ പോയ പല പടങ്ങളും ഞാൻ കണ്ടിട്ടുണ്ട് താനും. അങ്ങനെ സംഭവി ച്ചിട്ടുണ്ട് എത്രയോ.

സാത്താൻ ടാങ്കോ എന്ന ഏഴ് മണിക്കൂറിന് മുകളിൽ ദൈർഘ്യമുള്ള സിനിമ കാണുന്നു. അത്രയും Lengthy ആയ ഒരു പടം ജീവിതത്തിൽ അന്നേവരെ കണ്ടിട്ടില്ല. ഇന്നാണെങ്കിൽ അങ്ങനെ കാണാനുള്ള ക്ഷമ ഒരുപക്ഷേ ഉണ്ടാവില്ല. പക്ഷേ ഒരു കാര്യം ഉറപ്പാണ്. താരതമ്യേന ചെറിയ പ്ലോട്ടാണെങ്കിൽ പോലും അതിനെ ശരിക്കും Read ചെയ്യാൻ ഇനിയും എത്രയോ വളരേണ്ടതുണ്ടെന്ന് തോന്നുന്നു. ആ സിനിമയെക്കുറിച്ച് എഴുതിയവരും ചുരുക്കമായിരിക്കും. വീമ്പ് പറയുകയല്ല. സത്യം മാത്രം.

Damnation കാണുന്നു.അതാണ് രണ്ടാമത് കാണുന്നത്.

Turin Horse കാണുന്നു.

Man from London കാണുന്നു.

Almanac of Fall കാണുന്നു.

Prefab People കാണുന്നു.

Family Nest കാണുന്നു.

Outsider കാണുന്നു.

അങ്ങനെ എല്ലാ ഫീച്ചർ ഫിലിമുകളും കാണുന്നു.

തിരിഞ്ഞു നോക്കുമ്പോൾ ഏറ്റവും പിന്നിൽ നിൽക്കുന്ന പടം Man from London ആകാം.

(Family Nest ഉം Outsider ഉം Prefab People ഉം തുടക്കക്കാല ത്തെ സിനിമാ ശ്രമങ്ങൾ എന്ന രീതിയിൽ മാത്രം പരിഗണിക്കാം എന്ന് തോന്നുന്നു. ആ സിനിമകൾ ഇവിടെ ഒഴിവാക്കിയിട്ടുണ്ട്.)

Almanac of Fall താരതമ്യേന നന്നായിരുന്നു.

പിന്നെ ശ്രദ്ധേയമായ വർക്കായി തോന്നിയത് സത്യത്തിൽ Damnation ആണ്.സത്യത്തിൽ അവിടുന്ന് അങ്ങോട്ടാണ് മികച്ച വർക്കുകൾ.

Turin Horse എന്ന പടത്തോടെ താൻ സംവിധാനം ചെയ്യുക നിർത്തുകയാണെന്ന് ടാർ ഒരിക്കൽ പറഞ്ഞു. കാരണം ഇതിൽ കൂടുതൽ തനിക്കൊന്നും സിനിമയിലൂടെ പറയാനില്ലെന്ന്!!!

അതായിരിക്കണം ഒരു സംവിധായകൻ!!!

ആദ്യം കണ്ട ആ സിനിമ തന്നെയാണ് ഇന്നും എന്റെ ഏറ്റവും പ്രിയപ്പെട്ട സിനിമ. ഏറ്റവും വലിയ മാസ്റ്റർ പീസുകളിലൊന്ന്.

"വെർക്ക്മെയിസ്റ്റർ ഹാർമണീസ് "

(പലരും ഒരു പക്ഷേ ശ്രദ്ധിച്ചിട്ടുണ്ടാകുക കഴിഞ്ഞ IFFK വേദിയിൽ സംവിധായകൻ രഞ്ജിത്തിനോടൊപ്പം ബേല ടാർ വേദിയിൽ പ്രത്യക്ഷപ്പെട്ടപ്പോഴാകാം.)

വെർക്ക്മെയിസ്റ്റർ ഹാർമണീസ് - എ ബേല ടാർ മാസ്റ്റർപീസ്

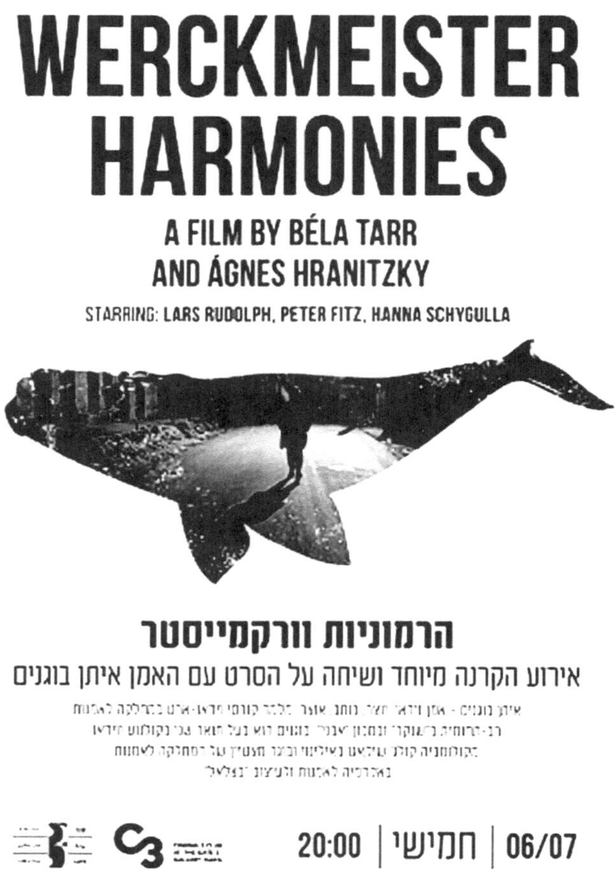

"അയാൾ ഇറങ്ങി നടന്നു. പല വഴികളിലൂടെ,നിരത്തുകളിലൂടെ,മാർഗമേതായാലും ലക്ഷ്യം പട്ടണത്തിലേക്ക്, പട്ടണത്തിന്റെ ഒത്ത നടുവിലേക്ക്,അവിടേക്ക് വന്ന പുത്തൻ അതിഥിയെ കാണുവാൻ.അവിടെ നടക്കുന്നതെന്ത് എന്നറിയുവാൻ, ആര് ആരോട് എന്തിനെപ്പറ്റി സംസാരിക്കുന്നു എന്നറിയുവാൻ, അവിടെ വന്ന മാറ്റങ്ങളെന്തെന്നറിയുവാൻ,ആൾക്കൂട്ടത്തിലൂടെ, ആൾക്കൂട്ടത്തിലൊരാളായി ചുറ്റുപാടുകളെ നിരീക്ഷിക്കുന്ന തുറന്ന് പിടിച്ച കണ്ണുകളുമായി,എല്ലാത്തിനും ദൃക്സാക്ഷിയായി "

Janos - The Witness of everything in the Society

ചില സിനിമകൾ അങ്ങനെയാണ്. മുഴുവൻ കണ്ട് കഴിഞ്ഞാലും ഉത്തരം കിട്ടാത്ത കുറെ ചോദ്യങ്ങൾ പ്രേക്ഷകന്റെ മനസ്സിൽ അവശേഷിപ്പിക്കും.അതിലുപരി അവതരണത്തിന്റെ അസാധാരണത്വം കൊണ്ടാകർഷിക്കും. അത്തരമൊരു ചിത്രമാണ് ഹംഗേറിയൻ ചലച്ചിത്രകാരനായ ബേല ടാറിന്റെ **"വെർക്ക്മെയിസ്റ്റർ ഹാർമണീസ്"** (2000). കേന്ദ്ര കഥാപാത്രം Janos valuska യുടെ കാഴ്ചകളിലൂടെയാണ് ചിത്രം മുന്നോട്ടു പോവുന്നത്.

അതിയായ ശൈത്യം അനുഭവപ്പെടുന്ന ഒരു പട്ടണമാണ് ചിത്രത്തിന്റെ കഥാപശ്ചാത്തലം.കത്തുന്ന നെരിപ്പോടിലേക്ക് ഒരാൾ

വെള്ളമൊഴിച്ച് തീ കെടുത്തുന്ന ഒരു ക്ലോസപ്പ് ഷോട്ടിലൂടെയാണ് സിനിമ ആരംഭിക്കുന്നത്. അതൊരു അടക്കാൻ പോവുന്ന ബാറിന്റെ അകമായിരുന്നു. അവിടേക്ക് Janos എത്തുന്നതാണ് ചിത്രത്തിന്റെ ആദ്യ സീൻ. ഏതാണ്ട് പത്ത് മിനിട്ടോളം ദൈർഘ്യമുള്ള ഈ ഒരു ലോങ്ങ് ടെയ്ക്കിൽ അയാൾ സൂര്യഗ്രഹണത്തെക്കുറിച്ച് വിവരിക്കുക യാണ്. ദൈനം ദിന ജീവിതത്തിൽ അല്ലെങ്കിൽ ഈ ലോകത്ത് നടക്കു ന്ന പ്രകൃതിയുടെ പ്രതിഭാസങ്ങളെ വർണ്ണിക്കുകയാണ് ഈ ഭാഗത്ത്.

ഈ സിനിമ മുൻപു പറഞ്ഞ പട്ടണത്തിലെ സാധാരണക്കാരായ ആളുകളുടെ, അവരുടെ നിത്യജീവിതത്തിന്റെ നേർക്കാഴ്ച്ചകളാണ്. വേറൊരു തരത്തിൽ പറഞ്ഞാൽ ആ പട്ടണത്തിന്റെ ദൈനം ദിന കാഴ്ച്ചകളിലൂടെയുള്ള Janos -ന്റെ സഞ്ചാരമാണ്. കേന്ദ്രകഥാപാത്രം കടന്നു പോകുന്ന വഴികളിലൂടെയാണ് നാം ആ ജീവിത പരിസരങ്ങൾ മനസ്സിലാക്കുന്നതെന്ന് മാത്രം.ആ നഗരത്തിൽ വന്ന് ചേരുന്ന ഒരു തിമിംഗലത്തിന്റെ പ്രദർശനത്തോടെ അവിടുത്തെ സ്ഥിതിഗതികൾ മാറിമറിയുകയാണ്.

ഈ സിനിമയിലെ ഒരു പ്രധാന കഥാപാത്രം എസ്തറാണ്. അദ്ദേഹം വർക്ക്മെയിസ്റ്റർ ഹാർമണീസ് എന്ന മ്യൂസിക്കിൽ വന്ന പിഴവിനേക്കുറിച്ചുള്ള ഒരു തിയറി രൂപീകരിക്കുകയാണ്. പിഴവുകൾ മാറ്റിയെടുക്കുമ്പോൾ അത് എപ്പോഴും എന്ത്

കാര്യമാണെങ്കിലും പെർഫെക്ഷനിലേക്ക് കൂടുതൽ കൂടുതൽ അടുത്തു കൊണ്ടിരിക്കുന്നു. മ്യൂസിക്കിൽ വന്ന താളപ്പിഴകളെ ഒരു തരത്തിൽ സമൂഹത്തിൽ വന്ന് ചേർന്നിരിക്കുന്ന താളപ്പിഴകളുമായി ചേർത്ത് വെയ്ക്കുകയാണ് സംവിധായകൻ.ചുരുക്കിപ്പറഞ്ഞാൽ ഒരു തരത്തിലും പരിഹരിക്കപ്പെടാത്ത ഒരു ജീർണിച്ച അവസ്ഥ സമൂഹത്തിനുണ്ടാകുന്നതായാണ് അർത്ഥമാക്കുന്നത്. അതൊരു പക്ഷേ ക്രിയാത്മകമായ ഒരു സ്വയം ഭരണ കൂടത്തിന്റെ അഭാവമാകാം അല്ലെങ്കിൽ മറ്റൊരു ഭരണകൂടത്തിന്റെ അടിച്ചേൽപ്പിലാകാം ഇതൊക്കെയാണെന്നാണ് ഒറ്റനോട്ടത്തിൽ തോന്നുന്നത്.

ഇരുട്ടിൽ മുങ്ങിക്കിടക്കുന്ന ആ പട്ടണത്തിലേക്ക് രാത്രിയിൽ തിമിംഗലത്തെയും വഹിച്ച് വരുന്ന ഒരു ട്രാക്ടറിന്റെ ദൃശ്യമുണ്ട്. ആ ഒരു കടന്ന് വരവ് തീർത്തും അസ്വാഭാവികമായ, ആപൽക്കരമായ, നിഗൂഢമായ എന്തോ ഒന്നിന്റെ സൂചന പ്രേക്ഷകർക്ക് തരുന്നുണ്ട്. തിമിംഗലം ഒരു പ്രതീകമായിട്ടാണ് ചിത്രത്തിൽ അവതരിപ്പിച്ചിരിക്കുന്നത്. ഈ കടന്നു വരവിനും അയാൾ സാക്ഷിയാകുന്നുണ്ട്. നിഴലിന്റെയും വെളിച്ചത്തിന്റെയും സാധ്യതകൾ മനോഹരമായി പകർത്തിവെച്ച ഒരു സീൻ കൂടിയായിരുന്നു ആ ട്രാക്ടറിന്റെ കടന്ന് വരവ്.

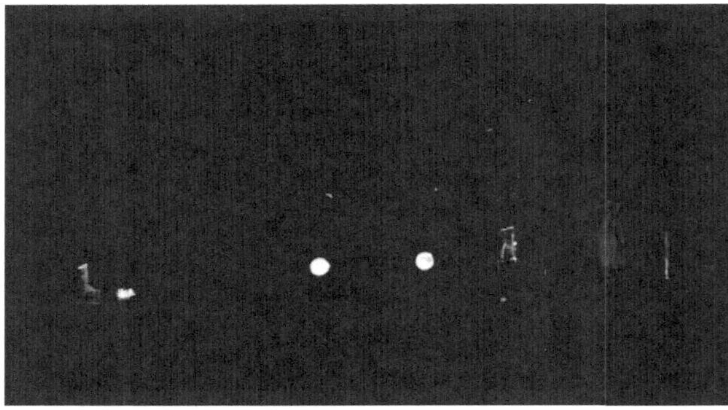

പിന്നെ പല കഥാപാത്രങ്ങളുടെ സംസാരങ്ങളിലൂടെയും തിമിംഗലത്തിന്റെ വരവോടെ പട്ടണത്തിലെന്തോ ആപൽക്കരമായ ഒന്ന് വരാനിരിക്കുന്നു എന്ന സൂചന നൽകുന്നു. പിന്നീടുള്ള ദിവസം അയാൾ പട്ടണത്തിലേക്ക് വരുന്ന സമയത്ത് ഒരു വലിയ ജനക്കൂട്ടം തന്നെ ട്രാക്ടറിന് മുന്നിൽ തടിച്ചു കൂടിയിരിക്കുകയാണ്. ഒരു സർക്കസ് കൂടാരം പോലെ ഒരു ഷോ. പണം കൊടുത്താൽ അതിനുള്ളിൽ കയറി ഉള്ളിലുള്ളതൊക്കെ കാണാം. അതിലെ പ്രധാന ആകർഷണം മേൽ പറഞ്ഞ ഭീമൻ തിമിംഗലത്തിന്റെ സ്റ്റഫ് ചെയ്ത ശവശരീരമാണ്. കൂടാതെ ആരാണെന്നോ എന്താണെന്നോ വ്യക്തമാക്കാതെ തീർത്തും നിഗൂഢമായ പ്രിൻസ് എന്ന കഥാപാത്രം, അപരിചിതരായ ആൾക്കാരുടെ കടന്ന് വരവ് ,ടൗണിലുണ്ടാകുന്ന ആൾക്കൂട്ടം ഇതൊക്കെ ആ പട്ടണത്തിന്റെ താളം തെറ്റിക്കുന്നുവെന്ന ഒരു സൂചന പ്രേക്ഷകന് നൽകുന്നു.

വേറൊരു തരത്തിൽ പറഞ്ഞാൽ സമൂഹത്തിന്റെ ഒരു ചെറിയ താളം തെറ്റൽ എങ്ങനെ അരാജകത്വത്തിലേക്ക് നയിക്കുന്നുവെന്നതിന്റെ ഒരു കാഴ്ചയായി/അലിഗറിയായി വ്യാഖ്യാനിക്കാം ഈ ചിത്രത്തെ. കൂടുതൽ ഈ സിനിമയെപ്പറ്റി അന്വേഷിച്ചപ്പോൾ രണ്ടാം ലോക മഹായുദ്ധത്തിന്റെ അവസാന കാലത്ത് ഹംഗറിയിലെ സോവിയറ്റ് യൂണിയൻ ഭരണകൂടത്തിന്റെ അധിനിവേശത്തിന്റെ കാഴ്ച്ചകളാണ് ഈ സിനിമയിൽ പ്രതിഫലിക്കുന്നത് എന്നു മനസ്സിലായി.അതേതായാലും സിനിമയിൽ പ്രത്യക്ഷമായി പറയുന്നില്ല. വ്യക്തമാക്കുന്നില്ല. അതിനെക്കുറിച്ച് ആഴത്തിൽ മനസ്സിലാക്കണമെങ്കിൽ അവിടുത്തെ സാമൂഹ്യ രാഷ്ട്രീയ പശ്ചാത്തലത്തെ ഈ സിനിമയുമായി തട്ടിച്ചു നോക്കേണ്ടി വരും. കാരണം സാമൂഹിക യാഥാർത്ഥ്യങ്ങളെ വരച്ചുകാട്ടാനാണ് താൻ ശ്രമിക്കുന്നതെന്ന് സംവിധായകൻ തന്നെ പറഞ്ഞിട്ടുണ്ട്.

പ്രേക്ഷകൻ കണ്ടു കൊണ്ടിരിക്കുന്ന സിനിമയ്ക്കപ്പുറം പട്ടണത്തിൽ കിടക്കുന്ന തിമിംഗലത്തിന്റെ ജഡവും പ്രിൻസ് എന്ന നിഗൂഢ കഥാപാത്രവും വേറെന്തിനെയൊക്കെയോ പ്രതീകവൽക്കരിക്കുന്നുണ്ട്. Janos ഈ കാഴ്ചകൾക്കെല്ലാം സാക്ഷിയാകുന്ന സമൂഹത്തിലെ ഒരാളുടെ പ്രതിനിധിയാണ്.സമൂഹത്തിലെ എല്ലാം കണ്ണുകളാൽ കണ്ടും ചെവിയാൽ കേട്ടും ഒന്നും ചെയ്യാനാകാതെ ആൾക്കൂട്ടത്തിനിടയിൽ നിസ്സഹായനായിപ്പോകുന്ന ഒരു കഥാപാത്രം. ജനക്കൂട്ടത്തിന്റെ ആക്രമവും ഭയവും എല്ലാം നോക്കിക്കൊണ്ട് ഒന്നും ചെയ്യാനാകാതെ പകച്ചു പോവുന്ന ഒരാൾ.

സിനിമയിൽ ഒരു ഭാഗത്ത് ആശുപത്രി ആക്രമിക്കാൻ മാർച്ച് ചെയ്ത് പോകുന്ന പ്രക്ഷോഭകാരികളുടെ സീനുണ്ട്. ഈ അക്രമ പരമ്പര അവസാനിക്കുന്നത് കുളിമുറിയിൽ തീർത്തും നിസ്സഹായനായി നിൽക്കുന്ന എല്ലും തോലുമായ ഒരു വൃദ്ധന്റെ നഗ്നശരീരം കാണിച്ചു കൊണ്ടാണ്. ആക്രമകാരികളായ ജനക്കൂട്ടത്തിന്റെ ഭീകരത ഈ സീനിൽ വ്യക്തമാകുന്നു.ജനം അക്രമത്തിലേക്ക് തിരിയുന്നത് എന്തിനാണെന്ന് വ്യക്തമായില്ല.

അവസാന ഭാഗത്ത് എല്ലാതരം കാഴ്ചകൾക്കും ഇരയായ മെന്റൽ ഇൻസ്റ്റിറ്റ്യൂഷനിൽ പ്രവേശിപ്പിക്കപ്പെടുന്ന ഒരു രോഗിയായാണ് Janos - നെ കാണാനാവുക.ഈ സിനിമ കഴിയുന്നത് വിജനമായ പട്ടണത്തിലെ പൊളിഞ്ഞ കൂടാരത്തിനകത്തെ തിമിംഗലത്തെ ഉറ്റുനോക്കുകയും

തിരിഞ്ഞ് നടക്കുകയും ചെയ്യുന്ന എസ്റ്ററിലൂടെയാണ്. തകർച്ചയാണ് ഇത് സൂചിപ്പിക്കുന്നത് എന്നാണ് മനസ്സിലാക്കുന്നത്.

"The melancholy of resistance" എന്ന പുസ്തകത്തെ ആധാരമാക്കി ചിത്രീകരിച്ച ഈ സിനിമ പൂർണമായും ബ്ലാക്ക് ആൻഡ് വൈറ്റിലായാണ് ചിത്രീകരിച്ചിട്ടുള്ളത്. ദൈർഘ്യമേറിയ ഷോട്ടുകൾ ഈ സിനിമയുടെ പ്രത്യേകതയാണ്. 39 ഷോട്ടുകൾ മാത്രമുള്ള ഈ സിനിമ രണ്ടായിരത്തിലാണ് റിലീസ് ചെയ്തത്.ചിത്രത്തിന്റെ പശ്ചാത്തല സംഗീതം എടുത്തു പറയേണ്ടതാണ്. രാത്രിയിൽ ബാറിൽ നിന്നിറങ്ങി വിജനമായ തെരുവുവീഥികളിലൂടെ കൊടും തണുപ്പിൽ ഏകാന്തനായി നടന്നു പോകുന്ന Janos -ന്റെ ദൃശ്യം പശ്ചാത്തല സംഗീതത്തിന്റെ കൂടി മികവിൽ ഓർമ്മയിൽ നിൽക്കും.

(2016)

Werckmeister Harmonies – Opening Sequence

ഇരുളും വെളിച്ചവും ഇടകലർന്ന വഴികളിലൂടെ രാത്രിയിൽ ഏകാന്തനായി നടക്കുകയായിരുന്നു അയാൾ,കമ്പിളി വസ്ത്രങ്ങൾ വളരെ നല്ല രീതിയിൽ ധരിച്ചിട്ടും എങ്ങനെയൊക്കെയോ അതിശക്തമായിത്തന്നെ തണുപ്പ് ഇരച്ച് ഉള്ളിലേക്ക് കയറിക്കൊണ്ടിരിക്കുന്നു.

"പ്രതിരോധം" തണുപ്പിനോട് പോലുമാകുന്നില്ല.കൈകൾ കൂട്ടിത്തിരുമ്മിയും അഴിഞ്ഞു പോയ ഷൂ മുറുക്കിക്കെട്ടിയും അയാൾ നടന്നുകൊണ്ടിരുന്നു. അയാൾക്ക് മുന്നിൽ നീണ്ടു കിടക്കുന്ന വഴികൾ വിജനമായിരുന്നു. നിശബ്ദവും.വിജനതയും നിശബ്ദതയും കൂടിക്കലർന്നപ്പോഴാണ് ആ ഇരുണ്ട രാത്രിയിൽ താൻ തികച്ചും ഏകനാണെന്ന തിരിച്ചറിവ് അയാൾക്കുണ്ടാകുന്നത്.

രാത്രി അതിന്റെ ഇരുട്ടിലേക്ക് കൂപ്പുകുത്തിയിരിക്കുന്നു. എന്നത്തേയും പോലെ സൂര്യൻ അസ്തമിച്ചിരിക്കുന്നു. പക്ഷികൾ അതിന്റെ കൂടുകളിലേക്ക് ചേക്കേറിയിരിക്കുന്നു. മനുഷ്യർ അടഞ്ഞ വീടുകൾക്കുള്ളിലേക്ക് ഉൾവലിഞ്ഞിരിക്കുന്നു. അവർ ഉറക്കത്തിന്റെ ആലസ്യതയിലേക്ക് വഴുതി വീഴുമ്പോൾ താനിവിടെ ഉണർന്നു തന്നെ നടക്കുന്നു. മനുഷ്യർ മാത്രമല്ല, മരങ്ങളും മറ്റു ജീവജാലങ്ങളും ആകാശവും ഭൂമിയും തന്നെ നിദ്രയിലേക്ക് പോകാൻ തുടങ്ങിയിരിക്കുന്നു. സൂര്യൻ മറയുകയും ചന്ദ്രൻ തെളിയുകയും ചെയ്തിരിക്കുന്നു. ഇരുളും വെളിച്ചവും ഇടചേർന്ന വഴികൾ മുന്നിൽ തെളിഞ്ഞു കൊണ്ടിരിക്കുന്നു. വഴിവിളക്കുകൾ അവിടിവിടെയായി ഉണ്ടെങ്കിലും ചിലത് പ്രകാശിക്കുന്നു. ചിലത് അണഞ്ഞു കിടക്കുന്നു.പ്രകാശിക്കുന്നതിന്റെ കീഴിൽ മാത്രം അവശേഷിക്കുന്ന വെളിച്ചം വിസ്താരങ്ങളിലേക്കും അരികുകളിലേക്കും പോകുന്തോറും ഇരുട്ട് അതിക്രമിച്ചു കയറുന്നു. നക്ഷത്രങ്ങൾ ആകാശത്തിൽ തിളങ്ങിക്കൊണ്ടിരിക്കുന്നു. എത്തിച്ചേരേണ്ട മദ്യശാലയിലേക്ക് ഇനി അധികം ദൂരമില്ല.

"വൈകിയത് കാരണം അതിനി പൂട്ടിപ്പോയേക്കുമോ? തന്നെ അവിടെ കാത്തിരിക്കുന്നവർ നിരാശരായിക്കാണുമോ?അവിടെ കയറിയിറങ്ങി രാത്രിയുടെ ഏത് യാമത്തിലാണ് Uncle എസ്തറിനടുത്തെത്തുക? അദ്ദേഹം ഉറങ്ങിയിട്ടുണ്ടാകുമോ ആവോ? അതോ വല്ല പുസ്തകവും വായിച്ച്, അതോ ഗാനവും കേട്ട് സോഫയിലിരിക്കുകയായിരിക്കുമോ? ഇരുന്നുറങ്ങുകയായിരിക്കുമോ? അതിന് മുമ്പ് , അടയ്ക്കാൻ പോകുന്നതിന് മുമ്പ് ,ആ ബാറിലെത്തണം!!! "

അല്പം ആശങ്കയോടെയും ഉത്കണ്ഠയോടെയും യാനോഷ് വാലസ്ക നടന്നു.മദ്യശാലയിലെ വാതിൽ തള്ളിത്തുറന്നകത്ത് കയറിയപ്പോൾ

,തൊട്ടു മുൻപ് നെരിപ്പോടിൽ എരിഞ്ഞു കൊണ്ടിരുന്ന തീയുടെ അവശേഷിപ്പുകൾ കണ്ടു. ബാർ സപ്ലൈയർ തിരിഞ്ഞു നടക്കുന്നത് കണ്ടപ്പോൾ അയാൾ തന്നെയാകണം അത് തൊട്ട് മുൻപ് അണച്ചതെന്ന് തോന്നുന്നു.

"പത്തു മണിയായിരിക്കുന്നു, ബാർ ക്ലോസ് ചെയ്യാറായിരിക്കുന്നു, എല്ലാവരും ഇറങ്ങാറായിരിക്കുന്നു"

എന്ന് അകത്തേക്ക് കയറുന്നതിന് തൊട്ട് മുമ്പ് സപ്ലയർ പറഞ്ഞത് അയാൾ കേട്ടതോർക്കുന്നു. അയാളെ കണ്ട പാടെ അതിനകത്തിരിക്കുന്നവരിൽ ഒരാൾ അയാളെ സ്വാഗതം ചെയ്യുന്നു.ഇത് വരെ വന്നതും ഇനി വരാനിരിക്കുന്നതുമായ കാര്യങ്ങളെക്കുറിച്ചയാൾ (യാനോഷ്) ഉത്കണ്ഠപ്പെടുന്നു.

At first We don't notice the events that happening around us, We shall witness a most dramatic turn of events ! Because... unexpectedly ... within a few minutes ... the air cools more ... Can you feel it? ...

The sky darkens more ... and then ... grows perfectly black!

Guard dogs howl! The frightened rabbit flattens itself against the grass!

Herds of deer are startled into a mad stampede!

And in this terrible and incomprehensible twilight ... even the birds are confused and settle on their nests!

And then... complete silence ... And every living thing is still ... and we too, for whole minutes, are incapable of speech ... Are the hills on the march? Will heaven fall in on us? Will earth open under our feet and swallow us? We cannot tell.

ശേഷം സപ്ലൈയറോട് Its not over എന്ന് പറഞ്ഞു കൊണ്ട് ബാറിന് വെളിയിലെ ഇരുട്ടിലേക്കയാൾ നടന്നു മറഞ്ഞു. പിന്നീടുള്ള വഴികൾ നേരത്തേതുപോലെ വെളിച്ചവും ഇരുട്ടും കൂടിക്കലർന്നതായിരുന്നു. നീളമേറിയതായിരുന്നു. പോകുന്ന വഴിക്കയാൾ ചിന്തിച്ചു കൊണ്ടിരുന്നു.

"അങ്കിൾ എസ്തർ ഉറങ്ങിയിട്ടുണ്ടായിരിക്കുമോ?"

അയാളുടെ ചുവടുകൾക്ക് ധൃതി കൂടിക്കൊണ്ടിരുന്നു..നിശബ്ദമായ വിജനമായ തെരുവിൽ, വഴിത്താരകളിൽ അയാളുടെ ബൂട്ടിന്റെ ശബ്ദം ഉച്ചത്തിൽ അയാൾ മാത്രം മുഴങ്ങിക്കേട്ടു .

ചിത്രം: "Werckmeister harmonies"

സംവിധാനം: Bela tarr

(2018)

Werckmeister Harmonies – Hospital Sequence

ആൾക്കൂട്ടത്തിന് വിചാരങ്ങളില്ല, വികാരങ്ങളേയുള്ളൂ എന്ന് കേട്ടിട്ടുണ്ട്. അവിടെ ചിന്തകളല്ല, മറിച്ച് വികാരങ്ങളാണ് ഒരു ജനക്കൂട്ടത്തെ നയിക്കുകയും നിയന്ത്രിക്കുകയും ചെയ്യുന്നത്.ഈ ഒരു സംഭവം ബേല ടാറിന്റെ "Werckmeister Harmonies" എന്ന ചിത്രത്തിൽ വളരെ ടച്ചിങ്ങായി കാണാനാവുന്നുണ്ട്. ഇത്തരത്തിൽ അക്രമാസക്തമായ ഒരു ജനക്കൂട്ടം മുന്നോട്ട് പോവുമ്പോൾ അതിന് "ഇര"യായിത്തീരുന്ന ഒരു വൃദ്ധന്റെ നിസ്സഹായതയിലൂടെയും അതേ സമയം അതിന് സാക്ഷിയാകുന്ന കേന്ദ്രകഥാപാത്രത്തിലൂടെയും ഒരു സീൻ.ഇരയും ദൃക്സാക്ഷിയും ഒരേ സീനിൽ.ജനക്കൂട്ടം അക്രമത്തിലേക്ക് തിരിയാനുള്ള കാരണം എന്താണെന്ന് വ്യക്തമായില്ലെങ്കിലും സമൂഹം നേരായവഴിക്കല്ല മുന്നോട്ട് നീങ്ങുന്നത് എന്നും ഒരു തരം അരക്ഷിതാവസ്ഥ ക്രമേണ ഒരു സമൂഹത്തിന് വന്ന് ചേരുന്നതായും ചിത്രീകരിക്കപ്പെട്ടിട്ടുണ്ട്. ഇരയുടെ ദൈന്യതയിലൂടെ അക്രമത്തിന്റെ ഭീകരത വെളിപ്പെടുത്താനാണ് സംവിധായകൻ ഈ സീനിലൂടെ ശ്രമിച്ചിരിക്കുന്നത് എന്ന് വ്യക്തം. ഇവിടെ ആദ്യം കാണിക്കുന്നത് ഒരു ആശുപത്രിയിലേക്ക് മാർച്ച് ചെയ്ത് പോകുന്ന ജനക്കൂട്ടമാണ്.ഇവർ ആശുപത്രിക്കുള്ളിലേക്ക് അതിക്രമിച്ച് കയറുകയും കട്ടിലിൽ കിടക്കുന്ന രോഗികളെ വലിച്ച് താഴെക്കിടുകയും ചെയ്യുന്നു. മറ്റു ചിലർ ആശുപത്രിയിലെ സാധന സാമഗ്രികളും അടിച്ചു തകർക്കുന്നു. കട്ടിലുകളും കിടക്കകളും വലിച്ചെറിയുകയും സർവ്വതും പൊളിക്കുകയും ചെയ്യുന്നു. വേറെ ചിലർ അസുഖമായിക്കട്ടിലിൽ കിടക്കുന്ന രോഗികളെ പോലും വെറുതെ വിടാതെ നിലത്തിട്ട് ചവിട്ടുകയും മർദ്ദിക്കുകയും ചെയ്യുന്നു. ഏറ്റവും ഒടുവിൽ ഒരു കർട്ടൻ നീക്കുന്ന രണ്ടു അക്രമികൾക്കു കാണേണ്ടി വരുന്നത് കുളിമുറിയിൽ ബാത്ത് ഡബ്ബിൽ പൂർണ നഗ്നനായി കുളിച്ച് കൊണ്ട് നിൽക്കുന്ന വെറും എല്ലും തോലുമായ നിസ്സഹായനായ ഒരു വൃദ്ധനെയാണ്. അക്രമകാരികൾ അതോടു കൂടി സൈലന്റാകുന്നു. ഒന്നിന് പുറകെ മറ്റൊന്നായും അല്ലാതെയും "വയലന്റായ" ആ ആൾക്കൂട്ടം "സൈലന്റായി" പുറത്തേക്ക് നീങ്ങിക്കൊണ്ടിരിക്കുന്നു. ക്രൂരതയുടെയും അക്രമത്തിന്റെയും ഇന്റൻസിറ്റിയും അതിന്റെ പാരമ്യതയും ഒരു പൂർണ നഗ്നനായ എല്ലും തോലുമായ, ശോഷിച്ച ഒരു വൃദ്ധന്റെ രൂപം കാണിച്ച് കൊണ്ട് അലിഞ്ഞില്ലാതാവുകയാണ് - വൃദ്ധൻ കുളിച്ച് കൊണ്ട് നിൽക്കുന്ന ചുവരിനുമപ്പുറം അക്രമികൾക്ക് ഇനി പോകാനില്ലല്ലോ. അത്രയും നിസ്സഹായനായ ഒരു പാവം വൃദ്ധനോട് ഇനിയൊട്ട്

അക്രമം കാട്ടാനുമില്ല. അക്രമികൾ പരിപൂർണ നിശബ്ദരായി കൂട്ടമായി പുറത്തേക്ക് നീങ്ങിക്കൊണ്ടിരിക്കുമ്പോൾ ഒരു ചുവരിന് പിറകിലായി ഈ എല്ലാ അക്രമസംഭവങ്ങൾക്കും സാക്ഷിയായി കേന്ദ്രകഥാപാത്രം യാനോഷ് വാലസ്ക. മനോഹരമായ പശ്ചാത്തല സംഗീതം കൂടിയാവുമ്പോൾ ഈ സീൻ സൈക്കിങ്ങായി അനുഭവപ്പെടുന്നു.

(2017)

സാത്താൻ ടാങ്കോ - എ ബേല ടാർ മാസ്റ്റർപീസ്

ഒരു ദൃശ്യം ആരംഭിച്ച് തുടങ്ങിയാൽ അതിന്റെ തുടർച്ചയെ കട്ട് ചെയ്യാതെ ഒരൊഴുക്കിൽ അവിടെ നടക്കുന്നതെന്ത്, അതെല്ലാം അതേ പോലെ യഥാതഥമായി ചിത്രീകരിക്കപ്പെട്ടാൽ എന്തായിരിക്കും സ്ഥിതി?അതായത് ആ തരത്തിൽ താരതമ്യേന "**എഡിറ്റിങ്ങ്** " കുറ യുമെന്നർത്ഥം. (ക്യാമറയുടെ ഒഴുക്കിന് തടസ്സം സൃഷ്ടിക്കുന്നില്ല എന്നർ ത്ഥം). എന്ന് കരുതി ഒരു സീൻ തുടങ്ങിയാൽ, ആ രംഗ പശ്ചാത്തലം കഴിയുന്നത് വരെ ക്യാമറ കട്ട് ചെയ്യപ്പെടാത്ത ഒരു ഭാഗം പോലുമില്ല എന്നൊന്നും പറയുന്നില്ല. എങ്കിലും ദൈർഘ്യമേറിയ സീനുകളിലൂടെ തന്നെയാണ് ഓരോന്നും കടന്നു പോകുന്നത് .ക്യാമറയുടെ ഒഴുക്കിന് തടസ്സം സൃഷ്ടിക്കാതെ പരമാവധി ഒറ്റ ഷോട്ടിൽ തന്നെ പിടിക്കുക.

പറഞ്ഞ് വരുന്നത് ക്യാമറ ഗിമ്മിക്കിനെപ്പറ്റിയല്ല, മറിച്ച് യഥാർത്ഥ ലൈഫിൽ ഒരു ക്യാമറ തുറന്ന് പിടിച്ച അതേ പടി ചിത്രീകരിക്കപ്പെട്ടാൽ അതൊട്ടും ഫാസ്റ്റായിരിക്കില്ല. വളരെ വളരെ സ്ലോയായിരിക്കും. അത്ത രത്തിൽ ഒരു അന്തരീക്ഷത്തിലേക്ക് പ്രേക്ഷകനെ കൊണ്ടുവരിക/ അനുഭവിപ്പിക്കുക എന്ന രീതിയിലാണ് ഹംഗേറിയൻ സംവിധായകൻ ബേല ടാർ "സാത്താൻ ടാങ്കോ" എടുത്തിരിക്കുന്നത്.

സംവിധായകന്റെ മാസ്റ്റർ പീസുകളിലൊന്നായി അറിയപ്പെടുന്ന ഈ ചിത്രത്തിന്റെ ദൈർഘ്യം, ഞാനിത് വരെ കണ്ട സിനിമകളിൽ വച്ച് ഏറ്റവും കൂടിയ ഒന്നായിരുന്നു. ഏതാണ്ട് ഏഴ്മണിക്കൂറും സംതിങ്ങും.

ദൃശ്യങ്ങളിലൂടെ പരമാവധി സംവദിക്കുന്ന ഈ ചിത്രത്തിന്റെ ഘടന ഒരു എപ്പിസോഡിക്ക് സ്വഭാവമുള്ളതാണ്. ദൈർഘ്യത്തിൽ ഏറ്റക്കുറ ച്ചിലുകളുള്ള 12 എപ്പിസോഡുകളായാണ് എടുത്തിരിക്കുന്നത്.അങ്ങനെ ഓരോ പാർട്ടുകളും തുടങ്ങുകയും ഒടുങ്ങുകയും ചെയ്യുന്നു.

ഓരോ പാർട്ടും തുടങ്ങുമ്പോൾ സ്ക്രീനിൽ പല പല ടൈറ്റിലുകൾ തെളിയുന്നുണ്ട്. ഒരേ സംഭവം/ഇൻസിഡന്റ് തന്നെ വ്യത്യസ്ത കഥാ പാത്രങ്ങളിലൂടെ പെർസ്പെക്ടീവിലൂടെ അവതരിപ്പിക്കപ്പെടുന്നതും ശ്രദ്ധേയമായ കാര്യമാണ്. അത്തരത്തിൽ ഒരു ഇൻസിഡന്റ് തന്നെ സിനിമയിൽ റിപ്പീറ്റ് ചെയ്യപ്പെടുന്നുണ്ട് കഥാപാത്രങ്ങളുടെ "വീക്ഷണ കോൺ" മാറുമ്പോൾ.

സിനിമയുടെ ദൈർഘ്യം കൂടിയത് കൊണ്ട് സങ്കീർണമായതോ വലിയ പ്ലോട്ടോ ആണെന്ന് കരുതിയെങ്കിൽ തെറ്റി. സാമാന്യം ചെറിയ ഒരു പ്ലോട്ടാണ്.മേൽ പറഞ്ഞ പോലെ "ഉള്ളത് അതേ പോലെ "

എടുക്കപ്പെട്ട രീതിയായത് കൊണ്ട് കൂടിപ്പോയ ദൈർഘ്യമാണെന്ന് മാത്രം. അപ്പോൾ സ്വാഭാവികമായും വരുന്ന ഒരു ചോദ്യമുണ്ട്. എന്തിന് ഇത്തരത്തിൽ എടുക്കുന്നു?ഇത്ര നീട്ടി വലിച്ച് പരത്തി എടുക്കുന്നു എന്നുള്ളത്. ആ ഒരു സ്വഭാവം പൊതുവെ ആർട്ട് ഹൗസ് സിനിമകൾക്കുള്ളതാണല്ലോ. യഥാർത്ഥ ജീവിതത്തിന്റെ ഒഴുക്ക് പോലെ തുടർച്ച ഇഷ്ടപ്പെടുന്നത് കൊണ്ടാണ് അത്തരത്തിൽ ചിത്രീകരിക്കുന്നതെന്ന് സംവിധായകൻ തന്നെ അഭിമുഖങ്ങളിൽ വ്യക്തമായിട്ടുണ്ട്. മറ്റൊരു കാര്യം സംവിധായകന്റെ മുൻ സിനിമകളിലേത് പോലെ പൂർണമായും ബ്ലാക്ക് & വൈറ്റിലാണ് ചിത്രീകരിക്കപ്പെട്ടിട്ടുള്ളത്. 1994 ലാണ് ചിത്രമെടുത്തതെങ്കിലും സംവിധായകന്റെ അവതരണ ശൈലിയും കളർ ടോണും എല്ലാം ഒന്നു തന്നെ. അല്പം കൂടി സ്ലോ ആയിട്ടുണ്ടോ മുൻ ചിത്രങ്ങളേക്കാൾ എന്നാണ് തോന്നിയിട്ടുള്ളത്.

പ്ലോട്ടിലേക്ക് വരാം. പതിവ് പോലെ ഹംഗേറിയൻ പരിസരങ്ങളിൽ തന്നെയാണ് പ്ലോട്ട്. അതിശൈത്യമുള്ള കാലാവസ്ഥയും മഴയും ശക്തമായി വീശിയടിക്കുന്ന കാറ്റും മഞ്ഞും ഒക്കെ റിപ്പീറ്റ് കാഴ്ചകളാണ് ടാറിന്റെ സിനിമകളിൽ. സിനിമയുടെ ഓപ്പണിങ്ങ് സീൻ/ഷോട്ട് തന്നെ അവതരണ ശൈലി വ്യക്തമാക്കും. ഒരൊറ്റപ്പെട്ട ഗ്രാമത്തിന്റെ പശ്ചാത്തലം ലോങ്ങ് ഷോട്ടിലൂടെ തന്നെ വ്യക്തമാക്കുന്നുണ്ട്. എല്ലാത്തിൽ നിന്നും വേർപെട്ടതോ ഉപേക്ഷിക്കപ്പെട്ടതോ ആയ തകർന്ന കെട്ടിടങ്ങളും ചെളിയിൽ ഒറ്റക്കും തെറ്റക്കും കൂട്ടമായും അലഞ്ഞു നടക്കുന്ന പശുക്കളും ഒക്കെ.

ആ ഗ്രാമത്തിലെ പ്രധാന വരുമാന മാർഗ്ഗമായ കൃഷി നശിച്ചതും അവിടത്തെ ജനങ്ങളുടെയിടയിൽ തന്നെ ബാധിച്ച അരക്ഷിതാവസ്ഥയും ജീവിതം കരുപ്പിടിപ്പിക്കാനുള്ള ആഗ്രഹവും ഒക്കെയാണ് ആദ്യത്തെ കുറച്ച് ഭാഗങ്ങളിലൂടെ വ്യക്തമാകുന്നത്.

അതിന്റെ ഇടയിലൂടെ,ആകെ കൈയ്യിലുള്ള പണം പരസ്പരം തട്ടിച്ചും വെട്ടിച്ചും ഷെയർ ചെയ്തും അവിടെ നിന്ന് പലായനം ചെയ്യാനാഗ്രഹിക്കുന്ന ഒരു കൂട്ടമാളുകൾ .ചിലരുടെ കുത്സിത പ്രവൃത്തികൾ. ഇതെല്ലാം മുറിയിൽ നിന്നും കണ്ണാലെ നോക്കിക്കാണുന്ന കുടിയനായ ഒരു ഡോക്ടർ.

അതിനിടയിൽ അവിടത്തെ തന്നെ ഗ്രാമവാസികളായ, മരിച്ചു പോയി എന്നാളുകൾ പറയപ്പെടുന്ന ഇറിമിയസ്, പെടിന എന്നിവരുടെ തിരിച്ചു വരവ്:

ആ വാർത്ത കേട്ട് ആശ്ചര്യപ്പെടുന്ന ആളുകൾ .അയാൾ വന്ന് കഴിഞ്ഞപ്പോൾ ഉള്ളയാളുകളെ വച്ച് ഒരു സഹകരണ അടിസ്ഥാനത്തിലെന്ന പോലെ ഒരു ഗ്രൂപ്പ് ഫോം ചെയ്യുകയും എല്ലാവരുടെയും കൈയ്യിലുള്ള പണം അയാളെയേൽപ്പിക്കുകയും (ഇറിമിയസിനെ) ചെയ്യുന്നു. മറ്റൊരു സ്ഥലത്ത് മറ്റൊരു ഫാം തുടങ്ങി ജീവിതം കരുപ്പിടിപ്പിക്കാനാണത്.

കഥാപാത്രങ്ങളുടെ ഡാർക്ക് ഷെയ്ഡിലാണ് ടാറിന്റെ സിനിമകളെന്ന് ചുരുക്കം ചില ചിത്രങ്ങളിൽ നിന്ന് തന്നെ വളരെ വ്യക്തമായതാണ്.ഉദാഹരണത്തിന് മനുഷ്യന് മനുഷ്യനിൽ തന്നെ വിശ്വാസം നഷ്ടപെടുന്ന പ്രവണത ചിത്രത്തിൽ തെളിഞ്ഞു കാണാവുന്നതാണ്.

എല്ലാവരും തങ്ങളുടെ കൈയ്യിലുള്ള പണം ഇറിമിയസിനെ ഏൽപ്പിച്ച്, ഒരു സാഹചര്യം വന്നപ്പോൾ അതിനുള്ളിൽ തന്നെയുള്ള ആളുകളിൽ സംശയം കടന്ന് വരുന്നതും അവർ പരസ്പരം സംഘർഷത്തിൽ ഏർപ്പെടുന്നതും വിശ്വാസരാഹിത്യം ഒന്നുകൊണ്ടു തന്നെയാണെന്ന തിൽ തർക്കമില്ല. ചിത്രമൊടുങ്ങുന്നത് തന്നെ വെളിച്ചം അരിച്ചിറങ്ങുന്ന ഡോക്ടറുടെ മുറിയിൽ പൂർണമായും അന്ധകാരം വ്യാപിക്കുന്നിടത്താണ്. ഒരു പെസിമിസ്റ്റിക്ക് അപ്രോച്ചാണ് സംവിധായകന്റേത്.

(2018)

സാത്താൻടാങ്കോ - ഘടനയും പ്ലോട്ടും

ദൃശ്യങ്ങളിലൂടെ പരമാവധി സംവദിക്കുന്ന ഈ ചിത്രത്തിന്റെ ഘടന ഒരു എപ്പിസോഡിക്ക് സ്വഭാവമുള്ളതാണ് എന്ന് മുൻപ് പറഞ്ഞല്ലോ. ദൈർഘ്യത്തിൽ ഏറ്റക്കുറച്ചിലുകളുള്ള 12 എപ്പിസോഡുകളായിട്ടാണ് എടുത്തിരിക്കുന്നതും.

ക്രമത്തിൽ സംഭവങ്ങൾ നടക്കുന്ന അതേ രീതിയിലല്ല ആ ചിത്രീകരിച്ചിരിക്കുന്നതും.

കഥാപരമായി നോക്കുമ്പോൾ പ്ലോട്ട് വളരെ നേർത്തതാണ് താനും. കഥയായി പറയുമ്പോൾ വളരെ ചുരുങ്ങിയ വാക്കുകളിൽ പറയാം എന്ന് സാരം.തന്റെ സിനിമകളിൽ കഥ എന്നത് ചെറിയ ഒരു ഭാഗം മാത്രമേ ആകുന്നുള്ളൂ എന്ന് ടാർ പറഞ്ഞിട്ടുണ്ട്.കഥയ്ക്കപ്പുറം കഥാപാത്രങ്ങൾ എത്തിപ്പെടുന്ന അവസ്ഥക്കും ആ അന്തരീക്ഷത്തിനുമാണ് പ്രാധാന്യം എന്ന് പലപ്പോഴും തോന്നിപ്പോവും.പലപ്പോഴും തങ്ങളുടെതായതോ അല്ലാത്തതോ ആയ കാരണങ്ങളാൽ,ഒരു പ്രത്യേക അവസ്ഥയിലോ പരിതസ്ഥിതിയിലോ അകപ്പെടുന്ന,അതിൽ നിന്നും പുറത്ത് കടക്കാനാവാത്ത കഥാപാത്രങ്ങളെയാണ് ബേല ടാർ സിനിമകളിൽ കാണാറ്. ഇതിലും അത് കാണാം.

എന്തായാലും ഏഴ് മണിക്കൂറിന് മുകളിൽ ദൈർഘ്യമുള്ളത് കാരണം വലിയ പ്ലോട്ടാണ് എന്ന് പലരും കരുതിക്കാണണം.

ഇനി ആ എപ്പിസോഡുകൾ ഏതെന്ന് നോക്കാം.

1.News of Their Coming

2.We Are Resurrected

3.To Know Something

4.The Job of the Spider I

5.Unraveling

6.The Job of the Spider II (The Devil's Tit, Satan's Tango)

7.Irimiás Gives A Speech

8.The Perspective From the Front

9.Going to Heaven? Having Nightmares?

10.The Perspective From The Rear

11.Just Trouble and Work

12.The Circle Closes

ഇനി പ്ലോട്ടിലേക്ക് വിശദമായി വരാം. ഒരൊറ്റപ്പെട്ട ഗ്രാമത്തിലെ പ്രധാന വരുമാന മാർഗ്ഗമായ കൃഷി നശിച്ചതും അവിടത്തെ ജനങ്ങളുടെയിടയിൽ തന്നെ ബാധിച്ച അരക്ഷിതാവസ്ഥയും ജീവിതം കരുപ്പിടിപ്പിക്കാനുള്ള ആഗ്രഹവും ഒക്കെയാണ് സിനിമയുടെ കാതലായ ഭാഗം എന്ന് പറയാം.

ഗ്രാമീണരുടെ കൈയ്യിൽ ആകെയുള്ള പണം പരസ്പരം തട്ടിച്ചും,വെട്ടിച്ചും,ഷെയർ ചെയ്തും അവിടെ നിന്ന് പലായനം ചെയ്യാനാഗ്രഹിക്കുന്ന ഒരു കൂട്ടമാളുകളിലൂടെയാണ് സിനിമയുടെ തുടക്കം.

യുദ്ധത്തിന് ശേഷം തകർന്ന് കിടക്കുന്ന,ആരും തിരിഞ്ഞു നോക്കാനില്ലാത്ത,ഉപേക്ഷിക്കപ്പെട്ട,ആ ഗ്രാമത്തിലെ ചാപ്പലിലെ മണി ശബ്ദം കേട്ടുണരുന്ന ഫുടാക്കിയിൽ നിന്ന് തുടങ്ങാം.

ക്രാനർ എന്നയാളുടെ സഹായത്തോടെ ഗ്രാമവാസികളുടെ പണം കൈക്കലാക്കി ആ ഗ്രാമം വിടാനുള്ള Schmidt-ന്റെയും ഭാര്യയുടെയും പദ്ധതി ഫുടാക്കി ഒളിഞ്ഞു കേൾക്കാനിടയാകുന്നു. താമസിയാതെ അയാളും ആ പദ്ധതിയുടെ ഭാഗമാവുന്നു.

എന്നാൽ മദ്യം വാങ്ങാനല്ലാതെ,സ്വന്തം മുറിക്ക് പുറത്തിറങ്ങാൻ പോലും തയ്യാറാകാത്ത മുഴക്കുടിയനായ ഒരു ഡോക്ടർ, തന്റെ മുറിക്കുള്ളിലെ ജനവാതിലിലൂടെ ഇതിൽ പലതിനും സാക്ഷിയാകുകയും അത് തന്റെ ഡയറിയിൽ കുറിച്ചു വെയ്ക്കുകയും ചെയ്യുന്നു.

അതിനിടയിൽ അവിടത്തെ തന്നെ ഗ്രാമവാസികളായ,മരിച്ചു പോയി എന്നാളുകൾ പറയപ്പെടുന്ന ഇറിമിയസ്, പെട്രിന എന്നിവർ തിരിച്ചു വരുന്നു എന്ന വാർത്ത കേട്ട് ആശ്ചര്യപ്പെടുന്ന ആളുകളെ കാണാം. അവർ വരുന്നു എന്നറിയുന്നതോട് കൂട്ടി ആദ്യം പ്ലാൻ ചെയ്ത പദ്ധതി നടക്കാതെയാവുന്നു.

ഇതിനിടയിൽ ഗ്രാമത്തിലെ ഒരു പെൺകുട്ടി മരണപ്പെടുക കൂടി ചെയ്യുന്നു. ഡോക്ടർ മദ്യം വാങ്ങാൻ ബാറിലേക്ക് പോകുമ്പോഴാണ് ഈ പെൺകുട്ടിയെ അവസാനമായി കാണുന്നത്. ബാറിനകത്തെ ഡാൻസ് ജനാലയിലൂടെ നോക്കിക്കൊണ്ട് പെൺകുട്ടി പുറത്ത് നിൽപ്പുണ്ടായിരുന്നു.

ഡോക്ടറെ കണ്ടതോടെ പെൺകുട്ടി അടുത്തു ചെല്ലുകയും ഡോക്ടർ കാൽ തെറ്റി വീഴുകയും അതിന്റെ പേരിൽ ആക്രോശിക്കുകയും ചെയ്യുന്നതോടെ പെൺകുട്ടി ഇരുട്ടിൽ ഓടിമറയുന്നു.പെൺകുട്ടിയെ പിന്തുടരുന്ന ഡോക്ടർ ഏതോ ഒരു ഘട്ടത്തിൽ തളർന്ന് വീഴുകയും ഒരാൾ അയാളെ വണ്ടിയിൽ കയറ്റി ആശുപത്രിയിലേക്ക് കൊണ്ടു പോകുകയും ചെയ്യുന്നു.

ഇതിനിടയിൽ Estike എന്ന ഈ പെൺകുട്ടി മരണപ്പെടുകയാണ്. മരണം എന്ന് വെച്ചാൽ വിഷം കഴിച്ചുള്ള ആത്മഹത്യ.

മരണപ്പെടുന്ന ഈ അവസരത്തിലും കൂടിയാണ് ഇറിമിയസിന്റെയും പെട്രീനയുടെയും ആ ഗ്രാമത്തിലേക്കുള്ള തിരിച്ചു വരവ്.

ഇറിമിയസ് വന്ന് കഴിഞ്ഞപ്പോൾ ഈ പെൺകുട്ടിയുടെ ദാരുണമായ മരണത്തിൽ ഗ്രാമവാസികളെ സമാശ്വസിപ്പിക്കുകയും,അവിടെ ഉള്ള

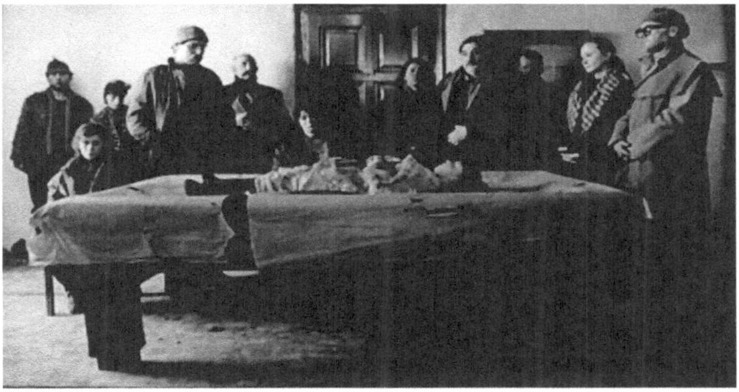

യാളുകളെ വച്ച് ഒരു സഹകരണ അടിസ്ഥാനത്തിലെന്ന പോലെ ഒരു ഗ്രൂപ്പ് ഫോം ചെയ്യുകയും ചെയ്യുന്നു. എല്ലാവരുടെയും കൈയ്യിലുള്ള പണം

ഇറിമിയസിനെയേൽപ്പിക്കുകയും ചെയ്യുന്നു. മറ്റൊരു സ്ഥലത്ത് മറ്റൊരു ഫാം തുടങ്ങി ജീവിതം കരുപ്പിടിപ്പിക്കാനാണത്.

അങ്ങനെ ഇറിമിയസിന്റെ നിർദ്ദേശമനുസരിച്ച് ഗ്രാമവാസികൾ ഒരു സ്ഥലത്ത് തമ്പടിക്കുന്നു. എന്നാൽ തങ്ങളെ കാണാൻ അവിടെ നിശ്ചിത സമയത്ത് വരുമെന്ന് പറഞ്ഞ ഇറിമിയസിനെ കാണാതാവുന്ന തോടെ ഇവരിൽ ചിലർ അന്യോന്യം വഴക്കടിക്കുന്നു.തങ്ങളുടെ പണവും കൊണ്ട് ഇറിമിയസ് കടന്നു കളഞ്ഞെന്ന മട്ടിൽ.എന്നാൽ ഇറിമിയസ് അവിടെ എത്തുകയും ആ പ്രശ്നത്തിന് ഒരു തരത്തിൽ അറുതി വരുത്തു കയും ചെയ്യുന്നു.പുതിയ ഫാം തുടങ്ങാൻ ചില സാങ്കേതിക പ്രശ്നങ്ങൾ ഉള്ളതിനാൽ, ഇറിമിയസ് അതിലെ/ആ കൂട്ടായ്മയിലെ കുടുംബങ്ങളായും അല്ലാതെയുമുള്ളവരെ ഓരോരുത്തരെയും പല പല സ്ഥലങ്ങളിൽ മറ്റു ചില ചെറിയ ജോലികൾ തത്കാലത്തേക്ക് ശരിയാക്കിക്കൊടുക്കുന്നു.

ഇറിമിയസ് ആ ഗ്രാമത്തിലെ ഗ്രാമീണരെയും കൊണ്ട് അവിടം വിട്ടപ്പോൾ ചുരുക്കം ചില ആളുകളെ അവിടെ നിന്ന് ഒഴിഞ്ഞ് പോവാ ത്തതുള്ളൂ.അതിലൊരാളാണ് ഡോക്ടർ.അന്ന് വഴിയിൽ ബോധരഹി തനായിക്കിടന്ന ഡോക്ടർ ആശുപത്രിയിലെത്തപ്പെടുകയും അതിന് ശേഷമുള്ള ഡോക്ടറുടെ ആ ഗ്രാമത്തിലേക്കുള്ള തിരിച്ചു വരവുമായി രുന്നു അത്.അന്ന് ഡോക്ടർ വീണ്ടും എഴുതാനിരിക്കുമ്പോൾ ഫ്ടാക്കി തുടക്കത്തിൽ കേട്ട പള്ളിമണിയുടെ ശബ്ദം അയാളും കേൾക്കുന്നു.അത് ആരാണ് മുഴക്കുന്നതെന്നറിയാൻ ഡോക്ടർ ആ ചാപ്പലിലെത്തുമ്പോൾ എന്തോ പിച്ചും പേയും പറയുന്ന മട്ടിൽ ഒരു ഭ്രാന്തനെന്ന് തോന്നിപ്പിക്കു ന്ന ഒരാളായിരുന്നു അത് മുഴക്കുന്നത്.

തിരിച്ച് തന്റെ മുറിയിലേക്കെത്തുന്ന ഡോക്ടർ,താനത് വരെ മുറിക്കുള്ളിൽ നിന്ന് കാഴ്ചകൾ കണ്ട,അതേ ജനൽ പലകകൾ വച്ച് അടക്കുന്നതോടെയാണ് സാത്താൻ ടാങ്കോ അവസാനിക്കുന്നത്.

ഒരേ സംഭവം തന്നെ വ്യത്യസ്ത കഥാപാത്രങ്ങളിലൂടെ അവതരിപ്പിക്കുന്ന രീതിയും നമുക്കിവിടെ കാണാം.ആദ്യം ഫുടാക്കി പള്ളിമണിയുടെ ശബ്ദം കേട്ട് ഉണർന്ന് ജനവാതിലിലൂടെ പുറത്തേക്ക് നോക്കുന്നത് അയാളുടെ ആംഗിളിലാണ് കാണിക്കുന്നതെങ്കിൽ,പിന്നെ അത് ഡോക്ടറുടെ ആംഗിളിൽ അവതരിപ്പിക്കുന്നത് കാണാം.അതായത് ഫുടാക്കി ജനവാതിലിനടുത്ത് വന്ന് കർട്ടൻ മാറ്റി പുറത്തേക്ക് നോക്കുന്നത് ഡോക്ടർ തന്റെ മുറിയിലിരുന്ന് കാണുന്നുണ്ടായിരുന്നു എന്ന് സാരം.

അത് പോലെ,ബാറിനകത്ത് ഗ്രാമവാസികൾ നൃത്തം ചെയ്യുന്ന ഭാഗം. ആദ്യം അത് അവരുടെ ആംഗിളിലാണ് കാണിക്കുന്നത്.പക്ഷേ ഒരു പെൺകുട്ടി ബാറിനകത്തെ ഡാൻസ് വീക്ഷിച്ച കൊണ്ട് പുറത്തുനിൽപ്പുണ്ടായിരുന്നു എന്ന് പിന്നീട് നമ്മൾ കാണും.ഇത്തരത്തിൽ പല ഭാഗങ്ങൾ കാണാൻ കഴിയും.ഇതെല്ലാം ചേർത്ത് വെക്കുമ്പോൾ ചിത്രത്തിന്റെ ഘടന മനസ്സിലാവും.

ഇതിനപ്പുറം ഇറിമിയസ് ആരായിരുന്നു എന്നത് ചിത്രം അവശേഷിപ്പിക്കും.

പോലീസ് ചീഫിന്റെ ഓഫീസിൽ നിന്നും ആ ഗ്രാമത്തിലേക്കും ഗ്രാമീണരിലേക്കും മടങ്ങി വരുന്ന,ദുരന്തത്തിനിടയിലും സഹായിക്കുകയാണെന്ന തരത്തിൽ ഗ്രാമീണരെ സമീപിക്കുന്ന/സ്വാധീനിക്കുന്ന/മുതലെടുക്കുന്ന/ പോലീസിന് റിപ്പോർട്ട് സമർപ്പിക്കുന്ന അയാളും പോലീസ്

ചീഫും എന്തിനെ പ്രതിനിധാനം ചെയ്യുന്നു എന്നത് ചിന്തിപ്പിക്കുന്നു.

അത് പോലെ ഡോക്ടർ.സമാന തരത്തിലുള്ള കഥാപാത്രം വെർക്ക്മെയിസ്റ്റർ ഹാർമണീസിലുമുണ്ട്. അതിൽ എസ്തർ എന്ന കഥാപാത്രം.ഈ രണ്ട് കഥാപാത്രങ്ങളും സ്വന്തം മുറിയിൽ നിന്ന് പുറത്തിറങ്ങാൻ തയ്യാറാകാത്ത/മടിക്കുന്ന കഥാപാത്രങ്ങളായാണ് തോന്നിയത്.പുറമേയുള്ള കാര്യങ്ങളെല്ലാം അറിഞ്ഞും നിരീക്ഷിച്ചും കൊണ്ട് അവിടെ ഇരിക്കുന്നു.

ഇനി ഈ സിനിമയുടെ സാമൂഹ്യ രാഷ്ട്രീയ പശ്ചാത്തലം കൂടി ആഴത്തിൽ മനസ്സിലാക്കാൻ ശ്രമിച്ചാൽ ഈ സിനിമയെ കൂടുതൽ മനസ്സിലാക്കാൻ കഴിയുമെന്ന് തോന്നുന്നു.

ഹംഗറിയിൽ കമ്മ്യൂണിസത്തിന്റെ തകർച്ചയ്ക്ക് ശേഷം അനാഥമാക്കപ്പെട്ട പുരയിടങ്ങളും കൃഷിയിടങ്ങളും വിട്ട് മറ്റിടങ്ങളിലേക്ക് ചേക്കേറിയ മനുഷ്യരുടെ,ജനതയുടെ ചിത്രീകരണമായിട്ടാണ് അങ്ങനെ നോക്കുമ്പോൾ സാത്താൻടാങ്കോ തോന്നുന്നത്.ഇതിൽ പണത്തിന് വേണ്ടി ഡോക്ടറോട് ലൈംഗികത്തൊഴിലിൽ ഏർപ്പെടാൻ തയ്യാറാകുന്ന സ്ത്രീകൾ ആ ഗ്രാമത്തിന്റെ സാമ്പത്തിക ദാരിദ്ര്യത്തെ സൂചിപ്പിക്കുന്ന പോലെയാണ് തോന്നിയത്.അത് പോലെ Estike എന്ന മരണപ്പെടുന്ന പെൺകുട്ടി കൈയ്യിലാകെയുള്ള സമ്പാദ്യം മണ്ണിൽ കുഴിച്ചിടുന്നതും അത് ചേട്ടൻ അപഹരിക്കുന്നതും ആ നാടിന്റെ ദാരിദ്ര്യത്തെ സൂചിപ്പിക്കുന്നു.

ഹംഗേറിയൻ നോവലിസ്റ്റും തിരക്കഥാകൃത്തുമായ ലാസ്ലോ ക്രസാൻഹോർക്കിയുടെ ഇതേ പേരിലുള്ള നോവലിന്റെ ദൃശ്യാവിഷ്കാരമാണ് സാത്താൻടാങ്കോ എന്ന ഈ ചിത്രം,ഇതേ എഴുത്തുകാരന്റെ "The Melancholy of Resistance" എന്ന നോവലാണ് വെർക്ക്മെയിസ്റ്റർ ഹാർമണീസ് എന്ന ചലച്ചിത്രത്തിനാധാരം. Damnation മുതൽ ടാറിന്റെ ഫിലിമോഗ്രാഫിയിൽ ഈ എഴുത്തുകാരന് വലിയ പങ്കുണ്ട്.

ഏതായാലും ഇനിയും ഉത്തരങ്ങൾ പൂർണമായും കിട്ടാത്ത ചോദ്യങ്ങൾ അവശേഷിപ്പിക്കുന്ന സാത്താൻടാങ്കോ.

ദ ടൂറിൻ ഹോഴ്സ്

THE
TURIN
HORSE
Tur
Horse
Erika Bók
János Derzsi
Mihály Kormos
Ricsi
László Krasznahorkai
Mihály Víg

അടുത്തിടെ കണ്ട തികച്ചും വ്യത്യസ്തമായ ഒരു ചലച്ചിത്രാനുഭവമായിരുന്നു ഹംഗേറിയൻ ചലച്ചിത്രകാരനായ ബേല ടാറിന്റെ "ടൂറിൻ ഹോഴ്സ് ". മൂന്നു കഥാപാത്രങ്ങളുടെ ദൈനം ദിന കാഴ്ചകളിലൂടെയാണ് സിനിമ സഞ്ചരിക്കുന്നത്. അതായത് കൃത്യമായി പറഞ്ഞാൽ ആറു ദിവസത്തേത്. ഓരോ ദിവസവും തുടങ്ങുമ്പോൾ ആദ്യ ദിനം, രണ്ടാം ദിനം എന്നൊക്കെ സ്ക്രീനിൽ എഴുതിക്കാണിക്കുന്നുണ്ട്. പ്രധാനമായും ഒരു വൃദ്ധൻ, അയാളുടെ മകൾ, അവർ വളർത്തുന്ന കുതിര ഇവ മൂന്നുമാണ് കഥാപാത്രങ്ങൾ.

സംവിധായകന്റെ മുൻപ് കണ്ട സിനിമകളിലേതുപോലെ പൂർണ്ണമായും ബ്ലാക്ക് ആൻഡ് വൈറ്റിലാണ് ഈ സിനിമയും ചിത്രീകരിക്കപ്പെട്ടിരിക്കുന്നത്. സംവിധായകന്റെ അവസാനം (2011 - ൽ) പുറത്തിറങ്ങിയ ചിത്രം കൂടിയാണിത്. പതിവ് പോലെ ദൈർഘ്യമേറിയ ഷോട്ടുകൾ/ ടെയ്ക്കുകൾ ഈ രണ്ട് മണിക്കൂർ മുപ്പത്തിയഞ്ച് മിനിട്ടുള്ള ആർട്ട് സിനിമയിലും കാണാം. സംഭാഷണങ്ങൾ വളരെ വളരെ കുറവാണെന്നുള്ളത് എടുത്തു പറയേണ്ടതാണ്. അതു പോലെ സിനിമയുടെ മൂഡിനനുയോജ്യമായ പശ്ചാത്തല സംഗീതവും.

ഇനി സിനിമയുടെ പ്ലോട്ടിലേക്ക് വരാം.അതിയായ ശൈത്യം അനുഭവപ്പെടുന്ന, വളരെയധികം ശക്തിയിൽ കാറ്റ് വീശുന്ന വളരെ റിമോട്ടായ ഒരു പ്രദേശത്തിലാണ് കഥാപാത്രങ്ങൾ ജീവിക്കുന്നത്. അവർ ധരിക്കുന്ന വസ്ത്രങ്ങളും ആ കാലാവസ്ഥക്കനുയോജ്യമായവയാണ്. സാമൂഹിക ജീവിതത്തിൽ നിന്ന് വളരെയധികം അകന്ന് ഒറ്റപ്പെട്ട് കഴിയുന്ന കഥാപാത്രങ്ങൾ. വളരെ പ്രതികൂലമായ അന്തരീക്ഷത്തിൽ കുതിരയുമായി നീങ്ങുന്ന വൃദ്ധന്റെ നാലു മിനിട്ട് മുപ്പത് സെക്കന്റ് ദൈർഘ്യം വരുന്നതാണ് ചിത്രത്തിന്റെ ഓപ്പണിങ്ങ് ഷോട്ട്. ഇതിനു മുമ്പേ ബാക്ക് ഗ്രൗണ്ടിൽ ഒരു വിവരണമുണ്ട്. അത് തത്വചിന്തകനായ നീഷേയെക്കുറിച്ചായിരുന്നു. അത് ഇപ്രകാരമായിരുന്നു.

"1889 ജനുവരി മൂന്നാം തിയ്യതി ടൂറിൻ എന്ന സ്ഥലത്ത് തന്റെ മെയിൽ കലക്റ്റ് ചെയ്യാനായി പുറത്തേക്കിറങ്ങുന്ന നീഷേ വഴിയിൽ വച്ച് ഒരു കുതിരക്കാരനെ കണ്ടു. അയാളുടെ ഇംഗിതത്തിനനുസരിച്ച് നീങ്ങാത്ത കുതിരയെ ക്ഷമ നശിച്ച് അയാൾ അടിച്ചു കൊണ്ടിരിക്കുകയായിരുന്നു. നീഷേ അവിടെ എത്തുകയും കരയുകയും ചെയ്തു. ആ സംഭവത്തിന് ഒരു അറുതി വരുത്തിയെങ്കിലും നീഷേ ബോധരഹിതനായി വീഴുകയായിരുന്നു. തുടർന്ന് അയാളുടെ തന്നെ ഒരു അയൽക്കാരൻ പുള്ളിയെ അയാളുടെ വീട്ടിലെത്തിക്കുകയായിരുന്നു. രണ്ടു ദിവസം അയാൾ നിശബ്ദനായി കാണപ്പെട്ടു. അടുത്ത ദിവസം അയാൾ തന്റെ അമ്മയോട് ഇപ്രകാരം പറഞ്ഞു. "അമ്മേ, ഞാനൊരു വിഡ്ഢിയായിരുന്നു." പിന്നീടുള്ള വർഷങ്ങളിൽ അയാൾ ഒരു തരം മാനസികാഘാതത്തോടെ അമ്മയോടും സഹോദരിമാരോടും ജീവിച്ചു. പത്തു വർഷങ്ങൾക്ക് ശേഷം ഒരു ദിവസം മരണപ്പെട്ടു. പക്ഷേ ആ കുതിരയെപ്പറ്റിയും കുതിരക്കാരനെപ്പറ്റിയും നമുക്കൊന്നുമറിയില്ല."

ഈ വിവരണത്തോടെയാണ് മുകളിൽ വിവരിച്ച ഓപ്പണിങ്ങ് ഷോട്ട് ആരംഭിക്കുന്നത്.

ജീവിതത്തിന്റെ ഒരു തരം നിരർത്ഥകതയിൽ നിന്ന് ഉരുത്തിരിഞ്ഞു വന്ന ഒരു പ്രമേയമാണ് ഈ ചിത്രത്തിന്റേത്. അത് വളരെ വ്യക്തമാണ്. അത് തന്നെയാണ് വ്യക്തിപരമായി ഏറെ ആകർഷിച്ചതും. അതു കൊണ്ട് തന്നെ ശുഭാപ്തി വിശ്വാസം തൊട്ടു തീണ്ടാത്ത, ഒരു പെസിമിസ്റ്റിക്ക് അപ്രോച്ച് ഈ സിനിമയിലുടനീളം പ്രതിഫലിക്കുന്നുണ്ട്. ഒരു പക്ഷേ സംവിധായകന്റെ ജീവിതവീക്ഷണം തന്നെയാകാം ഇതിലൂടെ പ്രതിഫലിപ്പിക്കപ്പെടുന്നത്. എന്തിന് ഒരു മനുഷ്യൻ ജീവിക്കുന്നു?, ഈ ജീവിതത്തിന്റെ അർത്ഥമെന്ത്?, ലക്ഷ്യമെന്ത്?, ഇങ്ങനെ വെറുതെ തിന്നും കുടിച്ചും ഉറങ്ങിയും ജീവിച്ച് അവസാനം ഒരു കുഴിയിലേക്ക് എടുക്കുന്നതിൽപരം ഒരു മനുഷ്യൻ അവന്റെ അല്ലെങ്കിൽ അവളുടെ ജീവിതത്തിൽ എന്താണ് നേടുന്നത് എന്നൊരു തരം നൈരാശ്യത്തിൽ നിന്ന് തന്നെയാണ് ഈ സിനിമയുടെ പ്രമേയം ഉടലെടുക്കുന്നത്.

കുറച്ച് വർഷങ്ങൾക്ക് മുന്നേ "ഇൻട്ടു ദി വൈൽഡ് " എന്ന ചിത്രം കണ്ടിരുന്നു. "Happiness is only real when shared" എന്നതിൽ ഒരു വൃദ്ധൻ ഏകാന്തനായി ചുറ്റിയടിക്കുന്ന സഞ്ചാരിയോട് പറയുന്നുണ്ട്.പറഞ്ഞ് വന്നത് മനുഷ്യന്റെ സാമൂഹ്യ ജീവിതത്തെപ്പറ്റിയാണ്. സോഷ്യൽ ലൈഫിൽ പരിപൂർണ്ണ വിജയം നേടിയ ഒരാൾക്ക് ഈ പറഞ്ഞ "ജീവിതത്തിന്റെ നിരർത്ഥകത" തോന്നണമെന്നില്ല. കാരണം അയാൾ/അവൾ ഒറ്റപ്പെട്ട് ഒരു മുറിക്കുള്ളിലെ ജീവിതമല്ല നയിക്കുന്നത്, ചുറ്റിലും ഒരു പാട് വേണ്ടപെട്ട ആളുകളാൽ ചുറ്റപ്പെട്ടുകിടക്കുന്നു എന്നത് കൊണ്ട് തന്നെ. നമ്മളിൽ പലരുടെയും ജീവിത സാഹചര്യങ്ങളുമായി തട്ടിച്ചു നോക്കാവുന്ന ഒരു പ്രമേയമായിട്ടു തന്നെയാണ് ഈ സിനിമ

തോന്നിയത്.അതായത് തൃപ്തിയോടെ ജീവിക്കാതെ, എന്തോ ഒരു ഒഴുക്കൻ മട്ടിൽ നിലനിന്ന് പോകുന്ന മാനവരാശിയുടെ അവസ്ഥ.ഒരു തരം മനുഷ്യാസ്ഥിത്വത്തിന്റെ വിഹ്വലത എന്നൊക്കെ വേണമെങ്കിൽ പറയാം.

അല്ലെങ്കിൽ പിന്നെ എന്താ ഒരു മനുഷ്യന്റെ ജീവിതം?. രാവിലെ ഉണരുന്നു.പ്രഭാതകൃത്യങ്ങൾ നിർവഹിക്കുന്നു, ഉണ്ണുന്നു, ഉറങ്ങുന്നു. അങ്ങനേ പോവുന്ന കാര്യങ്ങൾ.. ദിവസവും റിപ്പീറ്റഡായ പ്രവൃത്തികൾ ചെയ്തു കൊണ്ടിരിക്കുന്നു. അവസാനം മരണത്തിലേക്ക് കൂപ്പുകുത്തുന്നു. ജീവിതത്തിന് പ്രത്യേകിച്ച് ഒരു അർത്ഥവും തോന്നുന്നില്ല. ഇത്തരം തുടർച്ചയായ പ്രവൃത്തികൾ/അനുഭവങ്ങൾ തീർച്ചയായും ഒരു തരം പരിപൂർണമായ മനം മടുപ്പിലേക്ക് നയിച്ചാൽ അതൊരു തരം അസ്തിത്വ പ്രശ്നമായി തന്നെ മനുഷ്യരിലുണ്ടാകും, ഉടലെടുക്കും എന്നു തന്നെയാണ് കരുതുന്നത്. ഇത് തന്നെയാണ് ബേല ടാർ ടൂറിൻ ഹോഴ്സിലൂടെ കാണാൻ ആഗ്രഹിച്ചതും ചിത്രീകരിക്കുന്നതും.

ഒരു പക്ഷേ നമ്മൾ കണ്ടു കൊണ്ടിരിക്കുന്ന സിനിമയ്ക്കപ്പുറം ആഴത്തിലുള്ള നിരീക്ഷണങ്ങൾ ഈ സിനിമയെ സംബന്ധിച്ച് നടത്താമെന്ന് തോന്നുന്നു. കാരണം ഈ പറഞ്ഞത് മുഴുവൻ പ്രത്യക്ഷത്തിൽ തെളിഞ്ഞു കാണുന്നത് മാത്രമാണ്. ഈ സിനിമയിലും റിപ്പീറ്റഡായ ദിനചര്യങ്ങളും പ്രവൃത്തികളും കാണിക്കുന്നുണ്ട്. ഉദാഹരണത്തിന് എല്ലാ ദിവസവും മകൾ അച്ഛനെ വസ്ത്രങ്ങൾ അണിയിക്കുന്നുണ്ട്. വസ്ത്രത്തിന് മീതെ വസ്ത്രം എത്രയോ തവണ ഉടുപ്പിക്കുന്നുണ്ട്. ഈ വസ്ത്രധാരണം ആ പ്രദേശത്തിന്റെ അന്തരീക്ഷവുമായി ബന്ധപ്പെട്ടു കിടക്കുന്നു എന്ന് നേരത്തെ പറഞ്ഞല്ലോ. അതുപോലെ ഇവർ രണ്ടും പേരും ചൂടാക്കിയ ഉരുളക്കിഴങ്ങ് തൊലി പൊളിച്ചു ഭക്ഷിക്കുന്നത്. ഒരു വിധപ്പെട്ട എല്ലാ ദിവസങ്ങളിലും അവരത് ചെയ്യുന്നതായി കാണിക്കുന്നുണ്ട്. അതുപോലെ തന്നെ പുറത്തിറങ്ങാൻ പോലും കഴിയാത്ത ശക്തമായ കാറ്റിലും അതിനെ തൃണവൽക്കരിച്ചു കൊണ്ട് മകൾ വെള്ളം കോരാൻ കിണറ്റിൻ കരയിലേക്ക് പോവുന്നത്. അങ്ങനെ ഒരു ദിവസം കിണറ്റിൽ വെള്ളം തീരുന്നുമുണ്ട്. പിന്നെ മറ്റൊരു സീനിൽ കുതിരയോട് തനിക്കു വേണ്ടിയെങ്കിലും വെള്ളം കുടിക്കാൻ പറയുന്ന മകളുടെ സീനുണ്ട്. കുതിരക്ക് പോലും ഈ റിപ്പീറ്റഡായ ജീവിതം ഒരു തരം മടുപ്പിലേക്ക് നയിച്ചുവെന്നത് ആ സീനിൽ വ്യക്തമാണ്. ഒരു തരം ജീവിതത്തിന്റെ ശൂന്യത വാദം തന്നെയാണ് ഈ സിനിമയിൽ പ്രതിഫലിക്കുന്നത് എന്ന് ഒറ്റ വാക്കിൽ പറഞ്ഞു വെക്കാം.

(2016)

ഡാംനേഷൻ

Damnation
Kárhozat
un film de Béla Tarr
avec Miklos B. Szekely, Vali Kerekes, Hedi Temessy, Gyorgy Cserhalmi

മനുഷ്യർ പൊതുവെ ശുഭാപ്തി വിശ്വാസം മുറുകെ പിടിക്കുന്നവരായിരിക്കും അതുകൊണ്ട് തന്നെ ഒപ്റ്റിമിസ്റ്റിക്കായ സിനിമാനുഭവങ്ങൾ പ്രേക്ഷകർക്ക് എളുപ്പം സ്വീകാര്യവുമായിരിക്കും. അവിടെ പെസിമിസ്റ്റിക്കായ അനുഭവങ്ങൾക്ക് എത്രത്തോളം സ്വീകാര്യതയുണ്ടെന്ന് സംശയമുണ്ട്. ആദ്യത്തേത് പോലെ സ്വീകാര്യതയുണ്ടെന്ന് കരുതുന്നില്ല. ബേല ടാറിന്റെ ഡാംനേഷനും ഈപ്പറഞ്ഞതിൽ നിന്ന് ഒട്ടും വ്യത്യസ്തമല്ല. കാരണം ഇതിന്റെ പേര് സൂചിപ്പിക്കുന്നത് പോലെ തന്നെ (ഡാംനേഷൻ എന്നാൽ നരകയാതന / ശിക്ഷ എന്നർത്ഥം) ഒരു വ്യക്തിയുടെ പ്രണയ നൈരാശ്യവും അതിൽ നിന്നുടലെടുക്കുന്ന തകർച്ചയുമാണ് ഈ സിനിമയുടെ പ്രമേയം.

നമ്മൾ മനുഷ്യർ വിചാരിക്കുന്നത് പോലെ ആഗ്രഹത്തിനനുസരിച്ച് കാര്യങ്ങൾ നടക്കണമെന്ന് ആഗ്രഹിക്കുന്നവരാണ്. എന്നാൽ അതിനനുസരിച്ച് നടന്നില്ലെങ്കിലോ സാഹചര്യങ്ങൾ നമുക്ക് പ്രതികൂലമാണെങ്കിലോ? ഒരു തരം നിരാശാബോധം നമ്മളിൽ തന്നെ ഉടലെടുക്കാൻ സാധ്യതയുണ്ട്. അനുക്രമമായ ഒരു വ്യക്തിയുടെ തകർച്ചയാണ് ബേല ടാർ ഇവിടെ ചിത്രീകരിച്ചിരിക്കുന്നത്.

സംവിധായകന്റെ മുൻ സിനിമകളിലേത് പോലെ ബ്ലാക്ക് & വൈറ്റിലാണ് ഈ സിനിമയും പൂർണമായി ചിത്രീകരിച്ചിരിക്കുന്നത്. ദൈർഘ്യമേറിയ ഷോട്ടുകൾ/സീനുകൾ പതിവ് പോലെ ആവർത്തിക്കുന്നു.

കാറെർ ആണ് ചിത്രത്തിലെ കേന്ദ്രകഥാപാത്രം. ജനാലയിൽ കൂടി വിദൂരതയിലേക്ക് നോക്കുന്ന ഏകാകിയായ കാറെറിൽ നിന്നാണ് ചിത്രത്തിന്റെ തുടക്കം. അയാൾക്ക് മുന്നിലായി റോപ്പ് വേ/ഗൊണ്ടോളകൾ അതിന്റെ ലൈനിലൂടെ ഒന്നിനു പിറകെ ഒന്നായി നിരങ്ങി നീങ്ങിക്കൊണ്ടിരിക്കുന്നു. കണ്ണാടി നോക്കി ഷേവ് ചെയ്തു കൊണ്ടിരിക്കുന്ന കാറെറും ഗൊണ്ടോളകളുടെ ഞരക്കവും മാത്രമാണ് ആദ്യ ഷോട്ടിൽ .

ഇനി കാററിലേക്ക് വരാം. തികഞ്ഞ ഒരു മദ്യപാനിയാണ് കാറർ. അതുപോലെ ഏകാകിയും. അതിലുപരി നിരാശാബോധം ഉൾപ്പേറുന്നയാളും. അയാൾ സ്ഥിരമായി പോയി മദ്യപിക്കുന്ന ഒരു ബാറുണ്ട്. ടൈറ്റാനിക്ക്. അവിടെയുള്ള സപ്ലൈയറുമായാണ് അയാൾ അധികവും തന്റെ ആകുലതകൾ പറയാറുള്ളത്,പങ്കു വെക്കാറുള്ളത്.

താൻ ഇങ്ങനെ മദ്യപിച്ച് കുടിച്ച് കുടിച്ച് ചാവാതെ, ഇങ്ങനെ ഒരേ രീതിയിൽ തന്നെ പോകാതെ വല്ല മാറ്റങ്ങളും വ്യക്തി ജീവിതത്തിൽ

കൊണ്ടു വരണമെന്നൊക്കെ അയാൾ പറയുന്നുണ്ട്. കാറർ പ്രണയിക്കുന്ന സ്ത്രീ ഇന്ന് മറ്റൊരാളുടെ ഭാര്യയാണ്. അവൾ പ്രശസ്തയാവാൻ ആഗ്രഹിക്കുന്ന ഒരു ബാർ സിങ്ങർ കൂടിയാണ്. കാററ് അവളുടെ സാമീപ്യം ആഗ്രഹിക്കുന്നു - അവളാണെങ്കിലോ അയാളിൽ നിന്നും അകന്നു നിൽക്കുന്നു. അവർ തമ്മിലുള്ള റിലേഷനിൽ ഒരു വിടവ് എത്ര കൂടികലർന്നാലും അവശേഷിക്കുന്നുണ്ട്. തന്റെ ഭാര്യയുടെ പിന്നാലെ ഇനി നടന്നാൽ കഴുത്ത് ഞാനൊടിക്കും എന്നൊക്കെ ബാറിന്റെ ഒരു മൂലക്ക് വെച്ച് കാററിനെ അവളുടെ ഭർത്താവ് ഒരു ഘട്ടത്തിൽ ഭീക്ഷണിപ്പെടുത്തുന്നുണ്ട്. പ്രണയത്തിലുള്ള തകർച്ചയിൽ അയാൾ മദ്യത്തിൽ അഭയം കണ്ടെത്തുകയാണ്.

സിനിമയുടെ കഥാപശ്ചാത്തലം തണുപ്പേറിയ ഒരു പ്രദേശമാണ്. പുറമേയുള്ള അന്തരീക്ഷത്തിലെ തണുപ്പ് ഉള്ളിൽ അത് പോലെ കയറിയാൽ മനസ്സിനെ മരവിപ്പിക്കും, അതു കൊണ്ട് നന്നായി ഡ്രെസ് ചെയ്യണമെന്ന് ഒരു സ്ത്രീ കാററിനോട് പറയുന്നുമുണ്ട്.പുറമേയുള്ള തണുപ്പൻ അന്തരീക്ഷം പോലെ തന്നെ കാററിന്റെ ആന്തരിക മനസ്സും ഒരു തരത്തിൽ മരവിപ്പിലാണ്. ആ അവസ്ഥയെ പ്രതിരോധിക്കണമെന്ന പോലെ ആ സംഭാഷണവും.

ബാറിലെ സപ്ലൈയർ സ്മഗ്ളിങ്ങ് ആക്ടിവിറ്റീസിൽ ഇൻവോൾവ് ചെയ്യിക്കാൻ കാററിനെ ഒരു ഘട്ടത്തിൽ പ്രേരിപ്പിക്കുന്നുണ്ട്. അയാളോ അത് തന്റെ കാമുകിയുടെ ഭർത്താവിലേക്കെത്തിക്കാൻ ശ്രമിക്കുകയും ചെയ്യുന്നു. തന്റെ പ്രണയിനിയെ തന്നോട് അടുപ്പിക്കാൻ അയാൾ പല ശ്രമങ്ങളും നടത്തുന്നുണ്ട്. പലതും വിഫലമാകുന്നുവെന്ന് മാത്രം - അവളുമായുള്ള അയാളുടെ റിലേഷൻ അയാളാഗ്രഹിച്ചത് പോലെ നടക്കുന്നില്ല.

ചിത്രത്തിന്റെ അവസാന ഭാഗത്ത് മഴയിലൂടെ നനഞ്ഞുകൊണ്ട് നടക്കുന്ന, അങ്ങേയറ്റം നിരാശനും തകർച്ചയിലും പെട്ടുഴലുന്ന അയാൾ വഴിയിൽ കുരയ്ക്കുന്ന ഒരു നായയെക്കണ്ട് അതു പോലെ കുരയ്ക്കുന്നത് കാണാം. ഒരു തരം ഭ്രാന്തമായ അവസ്ഥയിലേക്ക് അയാൾ എത്തുന്നു എന്നത് കാണിക്കാൻ വേണ്ടിയാകാം അങ്ങനെ ചിത്രീകരിച്ചത്. എന്തായാലും കഥാപാത്രങ്ങളുടെ ഡാർക്ക് ഷേഡിലാണ് ടാറിന്റെ സിനിമകൾ.

(2017)

അൽമാനാക്ക് ഓഫ് ഫാൾ

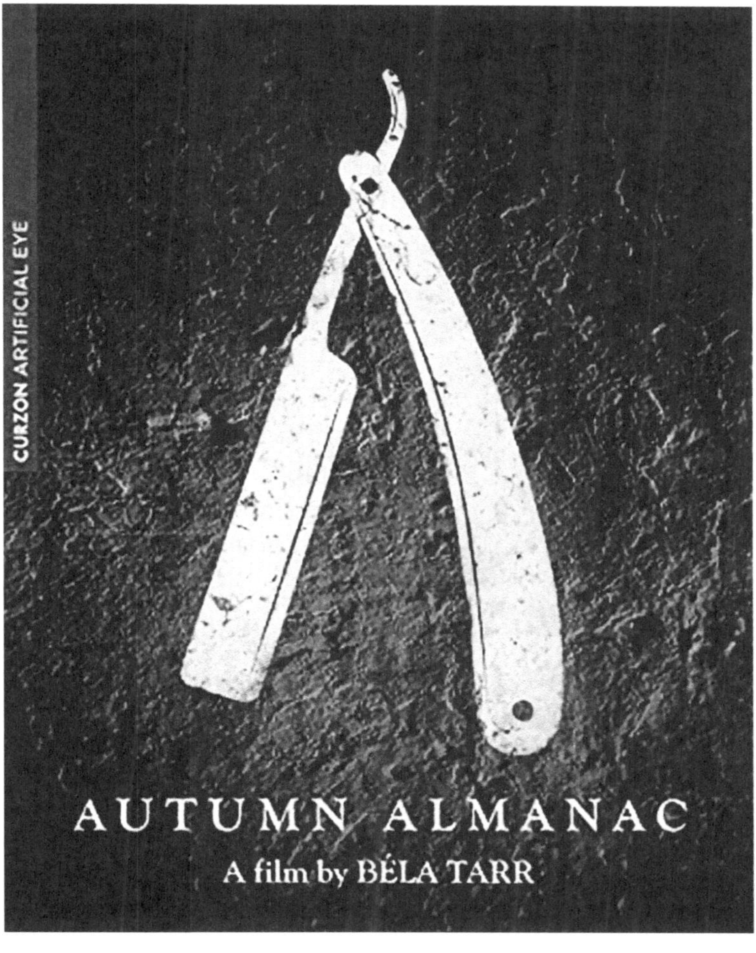

ജീവിതത്തിന്റെ നിഗൂഢതയിലും വൈവിധ്യത്തിലും ഒരിക്കലെങ്കിലും, ഒറ്റത്തവണയെങ്കിലും അത്ഭുതപ്പെടാത്ത മനുഷ്യരുണ്ടാകില്ല. അത്തരത്തിൽ നോക്കുകയാണെങ്കിൽ philosophical അംശം/തലം ബേല ടാറിന്റെ സിനിമകളിൽ കാണാൻ കഴിയും.സംവിധായകന്റെ ഓരോ സിനിമയും സംവിധായകന്റെ തന്നെ, ലൈഫിനെ നോക്കിക്കാണലിനെ ,ലോകവീക്ഷണത്തെത്തന്നെ പ്രതിഫലിപ്പിക്കുന്നു. പെസിമിസ്റ്റിക്കാണെന്ന് മാത്രം. (philosophy is the way of Looking at the life and the Universe എന്നാണല്ലോ)

ഒരു അപ്പാർട്ട്മെന്റ്.അവിടെ താമസിക്കുന്ന ഒരു കൂട്ടം മനുഷ്യർ. അതിൽ ഭാര്യമാരുണ്ട്, ഭർത്താക്കന്മാരുണ്ട്, മകനുണ്ട്. പക്ഷേ ഇവരുടെ ജീവിതം സുഖകരമല്ല. നില നിന്ന് പോകുന്ന അവസ്ഥയിൽ അവർ തീരെ തൃപ്തരല്ല എന്ന് വേണം പറയാൻ. തീർത്തും അസുഖകരമായ കുടുംബ പശ്ചാത്തലത്തിൽ ഇടുങ്ങിയ ഒരു അപ്പാർട്ട്മെന്റിൽ ജീവിക്കുന്ന ഒരു കൂട്ടം മനുഷ്യരിലൂടെയാണ് ബേലാ ടാറിന്റെ Almanac of fall സഞ്ചരിക്കുന്നത്.

അവരുടെ വൈകാരിക തലങ്ങളിലൂടെ. ഒരു കേസ് എടുത്താൽ, അതിൽ ഭർത്താവും ഭാര്യയും മകനും പരസ്പരം രസത്തിലല്ല. ഭർത്താവിൽ സംതൃപ്തയല്ലാത്ത ഭാര്യ തന്റെ ഇമോഷൻസ്, ചിന്തകളൊക്കെ ആ അപ്പാർട്ട്മെന്റിലെ മറ്റൊരാളുമായി പങ്കു വെക്കുന്നു. ഭർത്താവ് ഭാര്യയിൽ തൃപ്തനല്ലാതെ പരസ്ത്രീയിൽ അഭയം പ്രാപിക്കുന്നു. മകനും അതേ സ്ത്രീയിൽ തന്നെ അഭയം പ്രാപിക്കുന്നു.

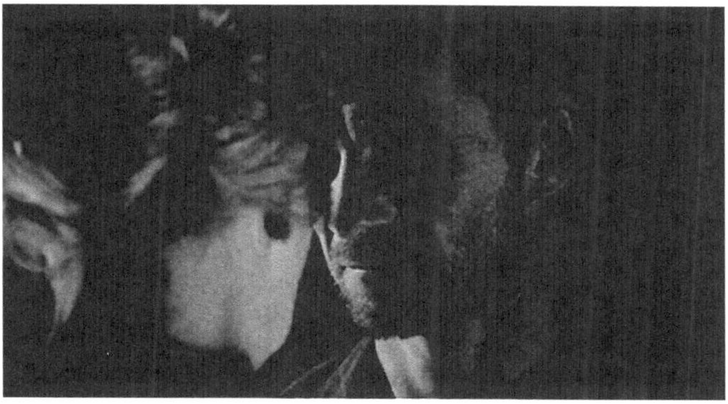

ഇത്തരത്തിൽ പരസ്പരമംഗീകരിക്കാതെ, പരസ്പരം ഒറ്റപ്പെട്ട തുരുത്തുകളായി അവർ മാറുന്നു. അംഗീകാരം എവിടെ കിട്ടാതാവുന്നോ, അവിടെ നിന്നും അത് കിട്ടുന്നിടത്തേക്ക് മനുഷ്യർ സഞ്ചരിക്കും. അത്തരത്തിൽ പരസ്പര സ്നേഹം നഷ്ടപ്പെടുമ്പോൾ, അത് കിട്ടുന്നിടത്തേക്കുള്ള യാത്രകളാകുന്നു കഥാപാത്രങ്ങളുടേത്. അതിൽ അന്തർലീനമായിക്കിടക്കുന്ന സ്നേഹരാഹിത്യമുണ്ട്. ലൈംഗിക അരാജകത്വമുണ്ട്. അവർ തങ്ങൾക്ക് വന്ന് ചേർന്നിരിക്കുന്ന അവസ്ഥയിൽ അങ്ങേയറ്റം ദുഃഖിതരും പ്രതീക്ഷ നഷ്ടപ്പെട്ടവരുമാകുന്നു. സ്വാഭാവികമായ ഒരു അന്തരീക്ഷം കെട്ടിപ്പടുക്കാൻ പലരും ആഗ്രഹിക്കുന്നുണ്ട്. പക്ഷേ സ്വാഭാവികതയിൽ നിന്നും വ്യതിചലിച്ച, തങ്ങളുടെ വിധിയോട് കലഹിക്കുന്നവരും അതിൽ കുടുങ്ങിക്കിടക്കുന്നവരുമാണവർ. അവർ തങ്ങളുടേതായ ലൈഫിൽ ഒട്ടും തൃപ്തരല്ല. ഇവിടെ പലരും അവരവരുടെ ഉള്ളിന്റെയുള്ളിൽ ഒളിപ്പിച്ചു വെച്ചിരിക്കുന്ന സീക്രട്ടുകൾ പറയാനാവുന്നവരോട് വെളിപ്പെടുത്തുന്നു.

(2018)

മാൻ ഫ്രം ലണ്ടൻ

en compétition Festival de Cannes 2007
L'HOMME DE LONDRES
un film de Béla Tarr

"വിളക്കു കാലുകൾക്ക് കീഴിൽ രാത്രി അതിന്റെ ഇരുട്ടിലേക്കും ഏകാന്തതയിലേക്കും പിൻവാങ്ങുമ്പോൾ, ആളനക്കം ക്രമേണ ഇല്ലാതാകുമ്പോൾ, അവിടം ക്രമേണ മറകൾ ഇല്ലാതാവുന്നു അവിടെ ക്രൈമിന്റെ ഇടമാവുന്നു. വിളക്കു കാലുകൾക്ക് കീഴിൽ മാത്രം വെളിച്ചം അവശേഷിക്കുന്നു ചുറ്റും ഇരുട് പരക്കുന്നു"

ഒരു ക്രൈമിന് ദൃക്സാക്ഷിയാവേണ്ടി വരുന്ന ഒരാളുടെ വ്യക്തി ജീവിതം, അതിന്റെ അനന്തരഫലമെന്നോളം കുടുംബ ജീവിതത്തിലുണ്ടാകുന്ന പ്രശ്നങ്ങൾ, അയാളുടെ ഭയം, കുറ്റബോധം, സംഘർഷങ്ങൾ അത്തരം ഒരു സിനിമ. അതാണ് ബേല ടാറിന്റെ മാൻ ഫ്രം ലണ്ടൻ.

ഒരു ഡോക്കിൽ നിർത്തിയിട്ടിരിക്കുന്ന കപ്പലിന്റെ താഴെ നിന്ന് പതിയെ പൊങ്ങി വരുന്ന ഒരു ഷോട്ടിൽ നിന്നാണ് ചിത്രത്തിന്റെ തുടക്കം. ഡോക്കിൽ നിർത്തിയിട്ടിരിക്കുന്ന കപ്പലിന്റെ ഇടത് ഭാഗത്ത് കരയാണ്.മറുഭാഗത്ത് റെയിൽവേ ട്രാക്കും.

കപ്പലിന്റെ മുൻഭാഗത്തിനഭിമുഖമായി റെയിൽവേ ജീവനക്കാരൻ Maloin താമസിക്കുന്ന ടവർ.

കപ്പലിന്റെ മുകൾ ഭാഗത്തേക്കെത്തുമ്പോൾ കാണാൻ കഴിയുന്നത് അവിടെ രണ്ടു പേർ. ഒരു ബ്രീഫ് കെയ്സ് കപ്പലിൽ നിന്ന് (റെയിലിന് എതിർ ദിശയിലെ) കരയിലേക്കെടുത്തെറിയപ്പെടുന്നു.പിന്നെ ഒരു പാട് പേര് കപ്പലിൽ നിന്ന് ഇറങ്ങുന്നതിനോടൊപ്പം ഇവരും ഇറങ്ങുന്നു. അടുത്ത് തന്നെയുള്ള റെയിലിലുള്ള, നിർത്തിയിട്ടിരിക്കുന്ന ട്രെയിനിൽ മറ്റുള്ളവർ കയറുന്നു. അതിന് ശേഷം ട്രെയിൻ യാത്രയാവുന്നു. ശേഷം രണ്ടു പേർ ഇരുട്ടിന്റെ മറവിൽ അടി കൂടുന്നത് കാണുന്നു.നേരത്തെ സൂചിപ്പിച്ച ബ്രീഫ് കെയ്സിനാണെന്ന് ഇതിൽ നിന്നും വ്യക്തമാകും. അതിലൊരാൾ ഈ ബ്രീഫ് കെയ്സോടുകൂടി വെള്ളത്തിലേക്ക് വീഴുന്നു.

മറ്റയാൾ അവിടെ നിന്നും സ്ഥലം വിടുന്നു.

ഇത് മൊത്തം കേന്ദ്രകഥാപാത്രം കാണുന്ന രീതിയിലാണ് ചിത്രീകരിച്ചിരിക്കുന്നത്. ഈ സമയത്ത് കെട്ടിടത്തിന്/ടവറിന് മുകളിൽ നിന്ന് ഇതത്രയും കണ്ടിരുന്ന Maloin എന്ന റെയിൽവേ വർക്കർ താഴെയ്ക്കിറങ്ങി വന്ന് ആ പെട്ടി കൈക്കലാക്കുന്നു. തന്റെ മുറിയിലേക്ക് കൊണ്ടു വന്ന് ആ കെയ്സ് തുറന്ന് നോക്കുമ്പോൾ അയാളെ കാത്തിരുന്നത് പെട്ടിയിൽ നിറഞ്ഞു നിൽക്കുന്ന നനഞ്ഞ നോട്ടുകെട്ടുകളായിരുന്നു. അയാളത് ചൂടാക്കിയെടുക്കുന്നു. അന്ന് ഇരുട്ടിന്റെ മറവിൽ നടന്ന ഈയൊരു സംഭവം ആരോടും പറയാതെ രഹസ്യമായി വെക്കുകയും ചെയ്യുന്നു.

ഈ ഒരു ഇൻസിഡന്റിനെ ചുറ്റിപ്പറ്റിയാണ് മാൻ ഫ്രം ദി ലണ്ടൻ വികസിക്കുന്നത്.

പണം കൈക്കലാക്കിയതിന് ശേഷം ഭാര്യയും മകളുമുൾപ്പെടുന്ന അയാളുടെ ഫാമിലിയിൽ അയാൾക്കനുഭവിക്കേണ്ടി വരുന്ന പ്രതികൂല സാഹചര്യങ്ങൾ ഒക്കെ പിന്നീട് കടന്നു വരുന്നുണ്ട്

കാണാതായ പണത്തെപ്പറ്റിയും കൊലപാതകത്തെപ്പറ്റിയുമന്വേഷിക്കാൻ ഒരു അന്വേഷണ ഉദ്യോഗസ്ഥൻ എത്തുന്നതാണ് പിന്നീട് കാണിക്കുന്നത്.

ആരുടേതാണോ പണം നഷ്ടപ്പെട്ടത് ,ആ വ്യക്തിയുമായി അടുത്ത ബന്ധമുള്ള, അന്ന് ആ ഫൈറ്റിലേർപ്പെട്ടയാളിലേക്ക് സംശയവും ദുരൂഹതയും എത്തി നിൽക്കുന്നു. പണം തിരികെ തിരിച്ചേൽപ്പിച്ചാൽ അതിന് ഒരു പ്രതിഫലം തരുമെന്നും അന്വേഷണോദ്യോഗസ്ഥൻ അയാളോട് പറയുന്നു. പക്ഷേ പണം അയാളുടെ കൈയ്യിലാണെന്നുള്ള ഉദ്യോഗസ്ഥന്റെ അനുമാനം തെറ്റുകയാണവിടെ.

പിന്നീട് അന്വേഷണത്തിന്റെ വഴിയെ ഒരു സ്യൂട്ട് കേസ് കപ്പലിൽ നിന്ന് എറിഞ്ഞാൽ എവിടെ വന്ന് വീഴും എന്ന ഒരു ട്രയലിനിടെ തൊട്ടപ്പുറമുള്ള

ഒറ്റപ്പെട്ട കിടക്കുന്ന ടവറിലേക്കും അതിൽ താമസിക്കുന്ന Maloin -ലേക്കും അയാളുടെ ശ്രദ്ധ തിരിയുന്നു അതുപോലെ അന്ന് പണത്തിന് വേണ്ടി ഫൈറ്റ് ചെയ്ത വ്യക്തി പിന്നീടൊരു ദിവസം അവിടെ തിരയാൻ വരുമ്പോൾ അയാളുടെ ശ്രദ്ധയും സ്വാഭാവികമായും ടവറിലേക്ക് പതിയുന്നു.

അങ്ങനെ Maloin -ലേക്ക് രണ്ടു പേരുടെയും ശ്രദ്ധ തിരിയുന്നു.

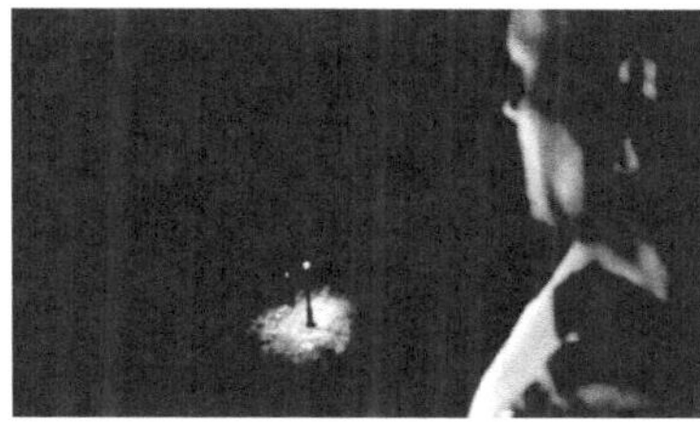

പിന്നീട് മറ്റയാളുടെ മരണം, അതിലുള്ള Maloin-ന്റെ കുറ്റബോധം, അന്വേഷണ ഉദ്യോഗസ്ഥന് പണം തിരിച്ചേൽപ്പിക്കൽ എന്നിവയിലവസാനിക്കുന്നു.

സംവിധായകന്റെ മുൻ സിനിമകളിലേത് പോലെ ഈ ചിത്രവും പൂർണ്ണമായും ബ്ലാക്ക് & വൈറ്റിലാണ് ചിത്രീകരിക്കപ്പെട്ടിരിക്കുന്നത്. നിഴലും വെളിച്ചവും തമ്മിലുണ്ടാകുന്ന രാത്രി കാഴ്ചകൾ ചിത്രത്തിന്റെ പ്രമേയത്തിന്റെ ഡാർക്ക് ഷേയ്ഡിനോട് ചേർന്ന് നിൽക്കുന്നു.

(2017)

ബേല ടാറിന്റെ സിനിമകൾ - ഒരു പിൻകുറിപ്പ്

ബേല ടാറിന്റെ സിനിമകളിലേക്ക് പൊതുവായി ഒന്ന് കടന്നു ചെന്നാൽ അവ വളരെ സ്ലോ ആയതും ഇരുണ്ട പശ്ചാത്തലമുള്ളതുമാണെന്നു മനസ്സിലാക്കാം.

ഒരു സംവിധായകനെ ഇഷ്ടമാണെന്നു പറഞ്ഞാൽ അദ്ദേഹത്തിന്റെ എല്ലാ സിനിമകളും ആകർഷിച്ചെന്നോ ഇഷ്ടമാണെന്നോ പറയാൻ സാധിക്കില്ല.അതുകൊണ്ടാണ് ഇതിൽ ഫാമിലി നെസ്റ്റ്,പ്രീഫാബ് പീപ്പിൾ,ഔട്ട്സൈഡർ എന്നിവ ഉൾപ്പെടുത്താതിരുന്നത്.അതൊക്കെ ഒരു സിനിമക്കാരന്റെ തുടക്കകാലത്തെ സിനിമ ശ്രമങ്ങളായാണ് തോന്നിയത്.

ഫാമിലി നെസ്റ്റ് (1979) ആണ് അദ്ദേഹത്തിന്റെ ആദ്യ ചിത്രം. ഹംഗറിയിലെ സാധാരണക്കാരെക്കുറിച്ചുള്ള ദൈനംദിന കഥകളിലാണ് ബേല ടാർ ആദ്യ കാലത്തു ശ്രദ്ധ കേന്ദ്രീകരിച്ചിരുന്നത്.പ്രത്യേകിച്ച് ഫാമിലി നെസ്റ്റ്.ഒരു കുടുംബ പശ്ചാത്തലത്തിലാണ് അത് എടുത്തത്.

ഫാമിലി നെസ്റ്റിൽ മാത്രമല്ല,പ്രീഫാബ് പീപ്പിൾ,ഔട്ട്സൈഡർ എന്നിവയിലും ഇത്തരം പശ്ചാത്തലം കാണാം.

ഹംഗറിയുടെ പശ്ചാത്തലത്തിൽ ഒരു ഭാര്യയും ഭർത്താവുമടങ്ങിയ കുടുംബത്തിന്റെ നിത്യജീവിതസംഭവങ്ങളാണ് ഫാമിലി നെസ്റ്റ് പകർത്തിയിരിക്കുന്നത്.ഭർത്താവിന്റെയും അയാളുടെ മാതാപിതാക്കളുടെ കൂടെയും അപ്പാർട്ട്മെന്റിൽ താമസിച്ചു കൊണ്ടിരിക്കെ തന്നെ,പുതിയ വീട് കണ്ടെത്താനുള്ള ഭാര്യയുടെ ശ്രമങ്ങളാണ് ഇതിന്റെ പ്രമേയമായി വരുന്നത്.

എന്നാൽ ഔട്ട്സൈഡർ പറയുന്നത് ഒരു വയലിനിസ്റ്റിന്റെ കഥയാണ്.ഇതിലും ഒരു കുടുംബ പശ്ചാത്തലം കാണാം.തന്റെ നിരുത്തരവാദവും മദ്യപാനശീലവും സാമൂഹ്യ വിരുദ്ധ പെരുമാറ്റവും കാരണം ഈ വയലിനിസ്റ്റിന് കുടുംബ ജീവിതത്തിലുണ്ടാകുന്ന തകർച്ചയാണ് ഈ

സിനിമയിൽ കാണിക്കുന്നത്.തന്റെ മേഖലയിൽ കഴിവുള്ള വ്യക്തിയാ യിട്ടും ഇതിലെ പ്രധാന കഥാപാത്രത്തിനെ കാത്തിരുന്നത് വ്യക്തി ജീവിതത്തിൽ ദുരന്തമായിരുന്നു.

പ്രിഫാബ് പീപ്പിളിലും ഇത്തരം കുടുംബ പശ്ചാത്തലം തന്നെയാണ് ആവർത്തിക്കു ന്നത്. പരാജയപ്പെട്ട ദാമ്പത്യ ജീവിതം തന്നെയാണ് ഇതിലും വരുന്നത്.ഒരു ഭാര്യയും ഭർത്താവും തങ്ങളുടെ ദാമ്പത്യ ജീവിതത്തെ തകർത്തതിന്റെ കാര്യകാരണങ്ങളിലേക്ക് എത്തി നോക്കുന്നതാണ് ഇതിൽ വരുന്നത്.എന്താ ണ്,എന്ത് കാരണങ്ങളാണ് തങ്ങൾക്കിടയിൽ രൂപപ്പെടാ നിടയായ തർക്കത്തിലേക്ക് നയിച്ചത് എന്ന്.

ഈ കുടുംബ പശ്ചാത്തല ത്തിൽ നിന്നും വലിയ സാമൂ ഹ്യ പശ്ചാത്തലത്തിലേക്ക് ടാറിന്റെ സിനിമകൾ പിൽ ക്കാലത്തു വികസിക്കുന്നത് കാണാം.അതിന്റെ ഏറ്റവും വലിയ ഉദാഹരണമാണ് Werckmeister Harmonies. എന്നെ സംബന്ധിച്ച് സംവിധായകന്റെ ഏറ്റവും പ്രിയപ്പെട്ട ചിത്രം.ഈ പുസ്തകം എഴുതിത്തുടങ്ങുന്നതും അതിൽ നിന്നാവാൻ കാരണമതാണ്.

തുടക്ക കാലത്തെ സിനിമകളിൽ നിന്ന് പിന്നീടുള്ള സിനിമകളി ലേക്ക് വരുമ്പോൾ അദ്ദേഹം കുടുംബ/വ്യക്തി കേന്ദ്രീകൃത വിഷയങ്ങ ളിൽ നിന്ന് മാറി വലിയ സാമൂഹ്യ പശ്ചാത്തലമുള്ള സിനിമകൾ എടുത്തു. അതിൽ പ്രധാനം Werckmeister Harmonies -ഉം Satantango -യുമാണ്.Damnation -ന് ശേഷമാണ് ഇത് സംഭവിച്ചത്.Damnation പോലും ഒരു വ്യക്തിക്ക് സംഭവിക്കുന്ന പ്രണയനൈരാശ്യവും തകർച്ച യുമാണ്.

ബേല ടാറിന്റെ പിന്നീടുള്ള സിനിമകളിലും പൊതുവായും മാനവിക തയെകുറിച്ച് അശുഭാപ്തി വീക്ഷണമുള്ളതായി നമുക്ക് വായിച്ചെടുക്കാൻ

സാധിക്കും.അവസാനമിറങ്ങിയ Turin Horse വരെ. ആ സിനിമയോട് കൂടി സംവിധാനം നിർത്തുകയാണെന്ന് ടാർ ഒരിക്കൽ പറഞ്ഞതാണ്. ഇതിൽ കൂടുതൽ തനിക്കൊന്നും പറയാനുമില്ലെന്നും.

അൽമാനാക്ക് ഓഫ് ഫാൾ (1984) ഒരു അപ്പാർട്ട്മെന്റിൽ താമസിക്കുന്ന ആളുകളുടെ ഇടയിലെ സംഘർഷങ്ങളിലാണ് ശ്രദ്ധ കേന്ദ്രീകരിച്ചത്. വൈരുദ്ധ്യങ്ങളിലും ആളുകൾ ഒരുമിച്ച് ജീവിക്കാൻ പാടുപെടുന്നതിനെയാണ് അതിൽ ചിത്രീകരിച്ചിരിക്കുന്നത്.

കുടുംബ ജീവിതത്തിൽ വരുന്ന വിള്ളലുകൾ അൽമാനാക്ക് ഓഫ് ഫാളിൽ പല കഥാപാത്രങ്ങളിലൂടെയാണ് കാണിക്കുന്നതെങ്കിൽ ഡാംനേഷനിൽ ആദ്യകാലത്തെ സിനിമകളുടെ തുടർച്ച പോലെ, ദാമ്പത്യ ജീവിതത്തിലെ താറുമാറുകൾ നന്നായി അവതരിപ്പിക്കപ്പെട്ട പോലെയും തോന്നി.

Damnation-ന് ശേഷമാണ് സംവിധായകന്റെ ഏറ്റവും മികച്ച ചിത്രങ്ങൾ ഉണ്ടായത് എന്നാണ് വ്യക്തിപരമായ അഭിപ്രായം.അതിൽ Turin Horse -നേക്കാളും വ്യക്തിപരമായി പ്രിയപ്പെട്ടത് Werckmeister Harmonies -ഉം Satantango -യുമാണ്. എന്തായാലും അവസാനം ഇറങ്ങിയ ഈ മൂന്നു സിനിമകളാണ് സംവിധായകനെ അന്താരാഷ്ട്ര തലത്തിൽ ശ്രദ്ധേയനാക്കിയത് എന്നുറപ്പിച്ചു പറയാൻ സാധിക്കും.

സാത്താൻടാങ്കോ, വെർക്ക്മെയിസ്റ്റർ ഹാർമണീസ് എന്നീ സിനിമകളിൽ കഥ നടക്കുന്നത് എവിടെയാണെന്ന് പറയുന്നില്ല. അതു പോലെ ഏത് കാലത്താണ് എന്നതും.

ഒരു ഒറ്റപ്പെട്ട ഗ്രാമത്തിൽ അല്ലെങ്കിൽ ഏതോ ഒരു പട്ടണത്തിൽ നടക്കുന്നു എന്ന പ്രതീതിയാണ് ഉണ്ടാക്കുന്നത്.ബേല ടാറിന്റെ സിനിമകളായത് കൊണ്ട് ഇത് ഹംഗറിയിലെ ഏതോ ഗ്രാമത്തിലോ പട്ടണത്തിലോ നടക്കുന്നുവെന്ന് പറയാമെന്ന് മാത്രം.

സാത്താൻടാങ്കോയിൽ ഒരു തകർന്ന ഗ്രാമത്തിൽ സംഭവിക്കുന്ന അരാജകത്വം കാണാം.

വിജനമായ ഒരു ഗ്രാമത്തിൽ ഒരു കൂട്ടായ കൃഷിയിടത്തിന്റെ തകർച്ചയെത്തുടർന്ന് ഗ്രാമവാസികളുടെ പണം തന്ത്രപൂർവ്വം കൈക്കലാക്കി അവിടം വിടാനുള്ള രണ്ട് പേരുടെ പദ്ധതികളാണ് തുടക്കത്തിൽ കാണിക്കുന്നത്.എന്നാൽ ഇവരുടെ പദ്ധതികൾ മൂന്നാമനായ ഒരാൾ കേൾക്കാനിടയാകുന്നു. അയാൾ ആ പദ്ധതിയിൽ അവരുടെ ഭാഗമാകുകയും ചെയ്യുന്നു.

നാലാമനായ ഇതിൽ പലതിനും സാക്ഷിയായ,സ്വന്തം മുറിയിലിരുന്ന് ഇതെല്ലാം നോക്കിക്കാണുന്ന, കുടിയനായ, ഒറ്റപ്പെട്ട ജീവിതം നയിക്കുന്ന ഒരു ഡോക്ടർ ഇതെല്ലാം ഒരു ഡയറിയിൽ എഴുതി വെയ്ക്കുന്നു.

ഒരു പള്ളിമണിയുടെ ശബ്ദമാണ് ഈ സിനിമയുടെ തുടക്കവും ഒടുക്കവും.ആ ശബ്ദം കേട്ട് എഴുന്നേൽക്കുന്ന പ്രധാന കഥാപാത്രത്തിൽ നിന്നാണ് ഇതിന്റെ തുടക്കം.

ആ പള്ളിമണി മുഴക്കുന്നത് ഒരു ഭ്രാന്തൻ മാത്രമാണ് എന്ന് ഡോക്ടർ തിരിച്ചറിയുന്ന ഒരു പോയിന്റിലാണ് ഈ സിനിമ അവസാനിക്കുന്നത്. അത് കണ്ട് ഡോക്ടർ സ്വന്തം മുറിയിൽ വന്ന് എല്ലാം കൊട്ടിയടക്കുന്നു. ഒരു തുള്ളി വെളിച്ചം പോലും മുറിയിൽ കയറാതെ.

ഇരുട്ട്!!!.സമ്പൂർണ്ണ ഇരുട്ട്!!!.

അങ്ങനെയാണ് സാത്താൻ ടാങ്കോ കഴിയുന്നത്.ആ ഭ്രാന്തൻ മണി മുഴക്കുന്ന രംഗം ഇപ്പോഴും മനസ്സിൽ നിന്ന് പോയിട്ടില്ല.

ഇത് പറയുമ്പോൾ തന്നെ ഒരു പ്രത്യേക അന്തരീക്ഷത്തിലേക്ക് പ്രേക്ഷകൻ എത്തുന്ന അനുഭവമുണ്ടാകും.അതാണ് ബേല ടാറിന്റെ സിനിമയുടെ പ്രത്യേകത.വളരെ പതിഞ്ഞ താളത്തിലുള്ള സിനിമയായിട്ടു പോലും നമ്മളെ ഒരു പ്രത്യേക അന്തരീക്ഷത്തിലേക്ക് കൂട്ടിക്കൊണ്ട് പോവുന്ന അവസ്ഥയാണ് വ്യക്തിപരമായി ഉണ്ടായിട്ടുള്ളത്.

ഈ അവസ്ഥയുടെ മൂർദ്ധന്യമാണ് എനിക്ക് വെർക്ക്മെയിസ്റ്റർ ഹാർമണീസ്.

ഞാൻ ഈ എഴുതിയ പുസ്തകത്തിൽ ഏറ്റവും കൂടുതൽ ഭാഗം എഴുതിയിരിക്കുന്നതും ആ സിനിമയെക്കുറിച്ചാണ്. അതിന്റെ തുടക്കഭാഗങ്ങൾ എന്നിലുണ്ടാക്കിയ പ്രത്യേക അനുഭവം കൊണ്ടാണ് Opening Sequence - നെക്കുറിച്ച് വിശദമായി എഴുതിയത്. Janos Valuska-യോടൊപ്പം ആ പട്ടണത്തിൽ എത്തപ്പെട്ട ഒരു പ്രതീതിയാണ്എനിക്കനുഭവപ്പെട്ടത്.

അതിലെ ഹോസ്പിറ്റൽ സീക്വൻസ് എന്നെ സംബന്ധിച്ച് കണ്ണുതുറപ്പിക്കുന്ന ഒന്നായിരുന്നു.അതാണ് അതിനെക്കുറിച്ചും പ്രത്യേകം എടുത്തെഴുതിയത്.അക്രമം മനുഷ്യത്വത്തിൽ അവസാനിക്കുന്ന മനോഹരമായ ഒരു രംഗമാണത്.

സ്വാർത്ഥമായ മനുഷ്യന്റെ അത്യാഗ്രഹത്തെക്കുറിച്ചാണ് മാൻ ഫ്രം ലണ്ടൻ എന്ന സിനിമയെക്കുറിച്ച് തോന്നിയിട്ടുള്ളത്.

എന്തായാലും പ്രതീക്ഷ നഷ്ടപ്പെട്ടവന്റെ അവസാനത്തെ പ്രതിരോധമാണല്ലോ സിനിമയിലൂടെ സംസാരിക്കുക എന്നുള്ളത്.ബേല ടാർ ചെയ്യുന്നതും അത് തന്നെയാണെന്ന് ഞാൻ കരുതുന്നു. അരാജകത്വം കടന്ന് വരുന്നത് പ്രതീക്ഷ നഷ്ടപ്പെടുമ്പോഴാണ് എന്നും ഞാൻ കരുതുന്നു.

ടാർ പിന്നീട് 2007 ലെ കാൻ ഫിലിം ഫെസ്റ്റിവലിൽ തന്റെ ദ മാൻ ഫ്രം ലണ്ടൻ എന്ന ചിത്രവുമായി മത്സരിച്ചു.

ആർട്ട് ഹൗസ് സിനിമകളാണ് പൊതുവായി നോക്കുമ്പോൾ ബേല ടാർ എടുത്തു കൊണ്ടിരുന്നത്. ഒരു വിധം എല്ലാം ബ്ലാക്ക് & വൈറ്റിലാണ് എടുത്തിരിക്കുന്നതും.കളർ സിനിമകൾ ലോകം ഭരിച്ചിട്ടും കീഴടക്കിയിട്ടും അവസാന ചിത്രം വരെ കറുപ്പിലും വെളുപ്പിലുമായ ദൃശ്യാഖ്യാനമാണ് സംവിധായകൻ സ്വീകരിച്ചിരിക്കുന്നത്. (ഇതിൽ ഔട്ട്സൈഡറും അൽമാനാക്ക് ഓഫ് ഫാളും കളർ ചിത്രങ്ങളാണ്)

നിഴലും വെളിച്ചവും അല്ലെങ്കിൽ ഇരുളും വെളിച്ചവും കൂട്ടിക്കലർത്തിയുള്ള Framing തന്നെയാണ് ബേല ടാർ സിനിമകളുടെ പ്രത്യേകത. പലപ്പോഴും ടാറിന്റെ സിനിമകളിലെ രാത്രി ദൃശ്യങ്ങൾ കാണാൻ തന്നെ എന്തോ ഒരു ഭംഗിയാണ്. നിഴലിന്റെയും വെളിച്ചത്തിന്റെയും അതിവിദഗ്ധമായ വിന്യാസം.

സിനിമകൾ ഫിലോസഫിക്കലായി മാറുന്നതും കാണാം. ചിലപ്പോൾ കഥാപാത്രങ്ങൾ പ്രത്യക്ഷമായി ഫിലോസഫി പറയുന്നത് പോലെയും തോന്നാറുണ്ട്.അതുപോലെ തകർന്നവരും ഒറ്റപ്പെട്ടവരും വിഷാദം പേറി നടക്കുന്നവരുമാണ് ടാറിന്റെ കഥാപാത്രങ്ങൾ എന്ന് തോന്നിയിട്ടുണ്ട്. ചുരുക്കിപ്പറഞ്ഞാൽ കഥാപാത്രങ്ങളുടെ ഡാർക്ക് ഷേഡിലാണ് സിനിമകൾ. മ്യൂസിക്ക്/പശ്ചാത്തല സംഗീതത്തിന് സിനിമകളിൽ വലിയ പ്രാധാന്യമുള്ളതായിത്തോന്നാറുണ്ട്. പശ്ചാത്തല സംഗീതം സിനിമയുടെ base - ആയി നിന്നുകൊണ്ട് ആസ്വാദനത്തെ എത്രയോ പടി ഉയർത്തുന്ന പ്രതീതി.

അതിശൈത്യമുള്ള കാലാവസ്ഥയും ശക്തമായ മഴയും ശക്തമായി വീശിയടിക്കുന്ന കാറ്റും മഞ്ഞും ഒക്കെ റിപ്പീറ്റ് കാഴ്ചകളാണ് ടാറിന്റെ സിനിമകളിൽ.അതുപോലെ ദൈർഘ്യമേറിയ ഷോട്ടുകൾ, സീനുകൾ ആവർത്തിക്കുന്നതും സിനിമകളിൽ പൊതുവായി കാണാം.

പിന്നെ എന്തുകൊണ്ട് ദൈർഘ്യമേറിയ ഷോട്ടുകൾ/സീനുകൾ ചിത്രീകരിക്കുന്നത് എന്ന് ചോദിച്ചാൽ യഥാർത്ഥ ജീവിതത്തിൽ ക്യാമറ തുറന്ന് പിടിച്ച് ചിത്രീകരിച്ചാൽ അതൊട്ടും ഫാസ്റ്റായിരിക്കില്ലല്ലോ എന്നതാണ്.പക്ഷേ അതിനുത്തരം ബേല ടാർ പറഞ്ഞിട്ടുണ്ട്. യഥാർത്ഥ ജീവിതത്തിന്റെ തുടർച്ച അതേ പോലെ സിനിമകളിൽ ആവർത്തിച്ച് കാണാനാണ് ആഗ്രഹിക്കുന്നത് എന്ന്. അതുകൊണ്ടാണ് ലോങ്ങ് ടെയ്ക്കുകൾ സിനിമകളിൽ ആവർത്തിക്കുന്നത് എന്ന്.

അതുപോലെ ഒരു സിനിമയുടെ ഒരു ഷോട്ട് അല്ലെങ്കിൽ സീൻ കണ്ടാൽ അത് ഏത് സംവിധായകൻ എടുത്തതാണ് എന്ന് പ്രേക്ഷകന് പറയാൻ കഴിയണമെന്ന് അവകാശപ്പെട്ട ടാർ, തന്റെ സിനിമകളിലൂടെ പ്രേക്ഷകരിൽ പതിപ്പിച്ച Signature ആണ് ഇതെല്ലാം. തന്റെ സിനിമകളിലൂടെ ദാർശനിക സ്വഭാവം പ്രദർശിപ്പിച്ച ബേല ടാർ അങ്ങനെ പറഞ്ഞില്ലെങ്കിലേ അത്ഭുതമുള്ളൂ.

തിരക്കഥ വെറും വാക്കുകൾ മാത്രമാണെന്നും ലൊക്കേഷനിൽ അതിനെക്കൊണ്ട് യാതൊരു പ്രയോജനവുമില്ലെന്നും അടുത്തിടെ ബേല ടാർ അഭിപ്രായപ്പെട്ടിരുന്നു. തന്റെ സിനിമകളിൽ ലൊക്കേഷന് വളരെയേറെ പ്രാധാന്യമുണ്ടെന്നും.പലരും മുൻപ് പറഞ്ഞ പോലെ തിരക്കഥകൾ സിനിമകൾ രൂപപ്പെടുത്താനുള്ള വെറും ബ്ലൂപ്രിന്റുകൾ മാത്രമെന്ന്.

അതുപോലെ സിനിമകൾ ഷൂട്ട് ചെയ്ത് കൊണ്ടിരിക്കുമ്പോൾ മനസ്സിൽ തന്നെ എഡിറ്റിങ്ങ് നടക്കുമെന്നതിനാൽ തന്റെ എഡിറ്റർക്ക് കാര്യമായി പണിയുണ്ടാകില്ലെന്നും ടാർ കേരളത്തിൽ വന്നപ്പോൾ പറഞ്ഞിട്ടുണ്ട്. അതല്പം തമാശ കലർത്തി പറഞ്ഞതാണ്. മനസ്സിൽ എടുക്കാനുള്ള സിനിമ കൃത്യമായി രൂപപ്പെട്ടിട്ടുണ്ടെങ്കിൽ അതിൽ പിന്നെ പ്രത്യേകിച്ച് വലിയ എഡിറ്റിന്റെ ആവശ്യമൊന്നുമില്ലല്ലോ എന്നാണ് അതുകൊണ്ട് ഉദ്ദേശിച്ചതെന്നാണ് ഞാൻ മനസ്സിലാക്കുന്നത്.

ഒരു കലാകാരൻ സ്വന്തം സിനിമകളിലൂടെ സ്വയം കണ്ടെത്തണ മെന്നും എന്റെ ശൈലി എന്റേത് മാത്രമാണെന്നും അതാരും ആവർ ത്തിക്കേണ്ടതില്ലെന്നും ബേല ടാർ അഭിപ്രായപ്പെട്ടിരുന്നു.എന്നെ ഹഠാതാകർഷിച്ച ഒരു Statement ആയിരുന്നു അത്.

പിന്നെ പണ്ടൊരിക്കൽ താൻ ഒരു അരാജകവാദിയാണെന്ന് ബേല ടാർ പറഞ്ഞിരുന്നു. Werckmeister Harmonies- എന്ന അദ്ദേഹത്തിന്റെ സിനിമയിൽ ഈ പറഞ്ഞ അരാജകത്വം കാണാം എന്നതാണ് അതിന്റെ സത്യം.കൃത്യമായി ആ സിനിമയെ നിരീക്ഷി ച്ചാൽ മനസ്സിലാകും.

വെർക്ക് മെയിസ്റ്റർ ഹാർമണീസിലും സാത്താൻ ടാങ്കോവിലും ഈ പറഞ്ഞ അരാജകത്വം കാണാം.

ഡൊണാൾഡ് ട്രംപിനെ കടുത്ത ഭാഷയിൽ വിമർശിച്ചതും മറ്റൊരു കാര്യമാണ്. അതു പോലെ മറ്റു ചിലരെയും ഏകാധിപതികളെയും വിമർശിച്ചെങ്കിൽ കൂടി ട്രംപിന്റെ കാര്യത്തിലാണ് പ്രസക്തമായി തോന്നിയത്. Nobody knows anything than me എന്ന് പറഞ്ഞ ട്രംപിനെ വിമർശിച്ചത് വ്യക്തിപരമായി ഞാൻ ഇഷ്ടപ്പെട്ട കാര്യമാണ്. അതുകൊണ്ടാണ് അത് മാത്രം എടുത്തു പറഞ്ഞത്. (ആ പ്രസ്താവനയെ യല്ല,ആ വ്യക്തിയെ വിമർശിച്ചു എന്നാണ് ഉദ്ദേശിച്ചത്)

തന്റെ സിനിമകളിലെ സാമൂഹ്യ രാഷ്ട്രീയ പശ്ചാത്തലത്തെക്കുറി ച്ചു ചോദിച്ചപ്പോൾ കമ്യൂണിസമല്ല, ഫ്യൂഡലിസമാണ് ലോകത്തിൽ നിലനിൽക്കുന്നതെന്നും പറഞ്ഞിട്ടുണ്ട്. അതാണ് ബേല ടാർ അവസാ നമായി അഭിപ്രായപ്പെട്ടിരുന്ന ഒരു കാര്യം.അതും 2022-ൽ കഴിഞ്ഞ IFFK യുമായി ബന്ധപ്പെട്ട് ലൈഫ് ടൈം അച്ചീവ്മെന്റ് അവാർഡ് കേരളത്തിൽ നിന്നും സ്വീകരിക്കാൻ എത്തിയപ്പോൾ പറഞ്ഞത്.

വെർക്ക്മെയിസ്റ്റർ ഹാർമണീസിൽ തകർന്നു കിടക്കുന്ന പട്ടണ മദ്ധ്യത്തിൽ ഉപേക്ഷിക്കപ്പെട്ട തിമിംഗലം എന്തായിരിക്കുമെന്ന്, അത് എന്തിനെ പ്രതിനിധീകരിക്കുന്നതാണെന്നു പ്രേക്ഷകൻ സ്വയം കണ്ടെ ത്തേണ്ടതാണ്. അതുപോലെ ആരാണ് പ്രിൻസ് എന്നും.

ആദ്യമായി കണ്ടുകൊണ്ടിരുന്നപ്പോൾ അത് എന്താണെന്ന് വ്യക്ത മായില്ലെങ്കിലും ഹംഗറിയുടെ ചരിത്രം നോക്കിയാൽ കമ്മ്യൂണിസത്തി ന്റെ തകർച്ച തന്നെയല്ലേ ആ തിമിംഗലം എന്ന് സംശയിക്കാവുന്ന താണ്.ആ സിനിമ ഓരോരുത്തർക്കും വ്യാഖ്യാനിക്കാവുന്ന തരത്തിൽ തുറന്നു വെച്ച പോലെയാണ് എനിക്ക് തോന്നിയത്. ഓരോ തവണ കാണുമ്പോഴും കൂടുതൽ കൂടുതൽ മനസിലാക്കാൻ ബാക്കിയുള്ളത് പോലെ എനിക്ക് തോന്നാറുണ്ട്.

അവസാനമായി എന്തുകൊണ്ട് ബേല ടാറിന്റെ സിനിമകളെക്കുറി ച്ച് എഴുതി എന്ന് ചോദിച്ചാൽ ഒരു ഷേക്സ്പീരിയൻ ക്വോട്ട് ഓർമ്മ വരുന്നു.

"Life is a tale told by an idiot signifying nothing."

Werckmeister Harmonies എന്ന സിനിമയിലാണ് ഞാൻ എഴു തിത്തുടങ്ങിയതെങ്കിലും അവസാനിക്കുന്നത് ടൂറിൻ ഹോഴ്സിലാണ്. അത് മുന്നോട്ട് വെയ്ക്കുന്ന ആശയത്തിലാണ്.

ഇത് എഴുതുന്ന ഞാനും വായിക്കുന്ന നിങ്ങളും ഉൾപ്പെടുന്ന നമ്മൾ,ഈ ഭൂമിയിൽ എവിടെയോ ഒക്കെയായി കുറച്ചു കാലത്തേക്ക് മാത്രം വെറുതെ ജനിച്ചു ജീവിച്ചു മരിച്ചു പോവുന്ന നാം എന്ന മനുഷ്യർ,അ തിജീവനത്തിന്റെ ഭാഗമായി ചുറ്റുമുള്ള എല്ലാത്തിനോടും മല്ലിടുകയും അവസാനം അത്ര വലിയ അർത്ഥങ്ങളില്ലാത്ത ഈ ജീവിതം ജീവിച്ച് തീർത്ത് അതിന് അർത്ഥമോ അർത്ഥമില്ലായ്മയോ കൊടുത്ത് മറ്റെ ല്ലാവരെയും പോലെ ഒരു ദിവസം മണ്ണായി മാറുകയാണ്.ഈ ഒരു തിരിച്ചറിവാണ് അത്.

We just wanted to see how difficult and terrible it is when every day you have to go to the well and bring the water, in summer, in winter... All the time. The daily repetition of the same routine makes it possible to show that something is wrong with their world. It's very simple and pure."-Bela Tarr